மானுட வாசிப்பு

தொ. பரமசிவன்

நற்றிணை பதிப்பகம்

மானுட வாசிப்பு * தொ.பரமசிவன் * முதல் பதிப்பு: நவம்பர் 2024 * வெளியீடு: நற்றிணை பதிப்பகம் (பி) லிமிடெட் * எண். 136, தரைத்தளம், சோழன் தெரு, ஆழ்வார்திருநகர், சென்னை – 600 087.

* மின்னஞ்சல்   : natrinaipathippagam@gmail.com
* கைபேசி   : 94861 77208
* தொலைபேசி : 044 – 4273 2141
* அச்சாக்கம்   : துர்கா பிரிண்டர்ஸ், சென்னை – 600 005.

பொருளடக்கம்

அரசியல் – சாதி – மதம்	5
பண்பாடு	20
புழங்கு பொருள் பண்பாடு	34
உணவு	36
ஆளுமைகள்	39
சித்தர் இலக்கியம்	42
கல்வி	45
மொழி	47
சுற்றுச்சூழல்	49
தலித்தியம்	55
பெரியாரியம்	58
தமிழ்த் தேசியம்	63
நாட்டார் வழக்காற்றியல்	67
கோயில்	74
அழகர் கோயில்	82
பாரதியார்	90
குடும்பம்	92
சமூகம்	95
காயம்படாத விளையாட்டை இனிமேல்தான் கண்டுபிடிக்கணும்	100
தொல் தமிழர்களின் சுற்றுச்சூழல் அறிவியல்	109
பாதுகாப்பற்றவனின் புகலிடம் சாதி!	121
பெரியாரைத் தோற்கடிக்க முடியாது	125

பண்பாடு, கல்வி, அரசியல், நாட்டார் வழக்காற்றியல், ஆளுமைகள், சுற்றுச்சூழல், சித்தர்கள், பார்ப்பனியம், சமயம், மரபு, பெரியாரியல், சாதி என எந்தத் தளத்திலும் ஆற்றொழுக்குடன் தொ.ப. பேசும் அழகை நாள் கணக்கில் கேட்டுக்கொண்டிருக்கலாம். 2015 ஆம் ஆண்டு மழைக்கால மாதமொன்றின் இறுதியில், அவரது வீட்டில் நான்கு நாட்கள் மாலை வேளையில் நடந்த நீண்ட உரையாடல்....

நேர்காணல் கண்டவர்கள்: தயாளன், ஏ. சண்முகானந்தம்.

மானுட வாசிப்பு என்னும் இந்நூலுடன் தொ.ப நேர்காணல்கள் தொகுப்பில் இடம் பெறாத நான்கு நேர்காணல்கள் சேர்க்கப் பட்டுள்ளன.

பதிப்பாளர்

அரசியல் – சாதி – மதம்

சென்னை ஐ.ஐ.டி., வளாகத்தில் அம்பேத்கர் பெரியார் வாசகர் வட்டம் தொடர்பாகச் சமீபத்தில் ஒரு பிரச்சனை வந்தது. அம்பேத் கரை ஏற்றுக்கொள்கிற இந்துத்துவவாதிகள், பெரியாரை முற்றிலும் நிராகரிப்பதற்கான காரணம் என்ன?

அம்பேத்கர் பெரிய படிப்பாளி. இந்திய அரசியல் சட்டம் எழுதும் குழுவிலே தலைவராக இருந்த காரணத்தால்தான் அவரை இன்னமும் பார்ப்பனர்கள் ஒத்துக்கொள்கிறார்கள். ஆனால், பெரியாரைப் பொறுத்தமட்டிலே அவரை ஒரு சிந்தனையாளர் என்றே இவர்கள் ஒத்துக்கொள்ளத் தயாராக இல்லை. ஏனென்றால், இவர்கள் கட்டி எழுப்பியிருக்கிற பிம்பம் இருக்கிறதல்லவா? 'பிளாஸபர்ஸ் ஆஃப் இந்தியா'ன்னு சொன்னால் சங்கரர், மாத்துவர், இராமானுஜர் என்ற மூன்று பிராமணர்களைத் தவிர வேறு யாருக்கும் அந்தப் பலகையிலே இடம் கொடுக்கக்கூடாது என்பதில் தெளிவாக இருக்கிறார்கள்.

அவர்கள் பெரியாரை மட்டுமல்ல நீராஜ் சௌத்திரியை ஒத்துக்கொள்ள மாட்டார்கள். டி.பி. சட்டோபாத்தியாவை அறிஞர் என்று ஒத்துக்கொள்ளமாட்டார்கள். தர்மானந்த கோசாம்பியையும் அறிஞர் என்று ஒத்துக்கொள்ளமாட்டார்கள். ஏனென்றால் இவர் களுடைய கொள்கைக்கு எதிரானவர்கள். இவர்களின் கொள்கை என்பது, வேதத்தின் அத்தாரிட்டியை ஒத்துக்கொள்வது. இன்னொன்று சாதிய மேல் கீழ் அடுக்கை ஒத்துக்கொள்வது. எனவே, இதை ஒத்துக்கொள்ளாத யாரையும் அவர்கள் ஒத்துக்கொள்ளத் தயாராக இல்லை. துறைத் தலைவர்கள் என்ற பெயரில் ஐ.ஐ.டி.யிலும் உண்மையான அதிகாரம் இவர்கள் கையிலேதான் இருக்கிறது.

கருப்பு நிறத்தை ஒடுக்கப்பட்ட மக்களின் விடுதலைக்கான குறியீடாகக் கருதலாமா? தந்தை பெரியார், ஒடுக்கப்பட்ட மக்களின் நிலையைச் சுட்டிக்காட்டவே கருப்புச் சட்டையை ஒரு குறியீடாக அணிந்தாரா?

கருப்பு என்பதே அதிகாரத்திற்கு வர முடியாத, அதிகாரத்தால் தீண்டப்படாத நிறம் என்பதுதான். நான் ‘கருப்பு’ என்றொரு கட்டுரை எழுதியிருக்கிறேன். தொடர்ந்து வந்த ஆட்சிகளில் ஆட்சியாளர்கள் எல்லாம் வேறு நிறத்திலே இருந்தாங்க. ஆனால் சோழர்களெல்லாம் சிவப்பா இருந்தாங்கன்னு நான் நினைக்கல. கருப்பின் கண்மிக்குள்ளது. அழகுன்னு தமிழ்ல சொல்லி வச்சுருக் கான். அதனால் தீர்க்கமான வண்ணம் கருப்பு. Raymonds துணிக் கடைகள்ல கருப்பு நிறங்கள்லதான் சிலை செய்து உடை போட்டிருப் பான். அதப்பாக்கணும்.

கருப்பின மக்கள் அதிகமாக வாழுகிற ஆப்பிரிக்க நாடுகளில் வெள்ளையர்கள் வருகைக்குப் பின்னரே வளர்ச்சி ஏற்பட்டதாகக் கூறுவது பற்றி?

கார்ப்பரேட் நிறுவனங்களின் நிழல் படாத, சாயல்படாத பழங்குடி மக்கள் இன்னமும் சுதந்திரமாகவும், உற்பத்தியிலே தன்னிறைவாகவும்தானே வாழ்றாங்க. அவங்கள என்ன பண்றது? கடல்ல அமுக்கிற முடியுமா? எனவே இந்த அளவுகோளே தப்பு. நமக்கு சின்ன வயசில கத்துக் கொடுத்தாங்க. விஞ்ஞானம் என்பது சாதி, இன, மத, நாடுகளைக் கடந்ததுன்னு சொல்லிக் கொடுத்தாங்க. நாம் அப்படி நினைக்கல. விஞ்ஞானம் என்பது சுரண்டல் தன்மை உடையது. அது ஐரோப்பிய சுரண்டல் தன்மையை உடையது. அது அமெரிக்க சுரண்டல் தன்மையை உடையதுன்னு நாம நினைக் கிறோம்.

திராவிடம் என்ற சொல்லாடல் சங்க இலக்கியப் பாடல்களில் பதிவு பெற்றுள்ளதா? முதன் முதலில் திராவிடம் என்ற சொல் யாரால் எப்போது பயன்படுத்தப்படுகிறது?

இல்ல. 13 ஆம் நூற்றாண்டுல பார்ப்பனர்கள்தான் அதைப் பதிவு பண்ணியிருக்காங்க. நான் அதையும் எழுதியிருக்கேன்.

ஆதிசங்கரர் திராவிட சிசுன்னு ஒரு சொல்லைப் பயன்படுத்துகிறாரே?

ஆதிசங்கரர் வடமொழில ‘கனகதாரா ஸ்தோத்திரம்’ எல்லாம் எழுதுனாரு. அவர் ஒரு மலையாளி. ஞானசம்பந்தர் தமிழன் அப்படிங்கிறதுனால திராவிட சிசுன்னு சொல்றார்.

சைவம் நிலவுடமை சார்ந்து வளர்ந்த மதம், வைணவம் அரசு மதிப்பைக் குறைவாகப் பெற்ற மதம் என எதன் அடிப்படையில் குறிப்பிடுகிறீர்கள்? அதற்கான காரணம் என்ன?

கல்வெட்டுகளின் அடிப்படையில் சைவம் நிலவுடைமைச் சார்ந்த மதங்கிறது சைவ இலக்கியங்கள், சைவ மடங்கள் சார்ந்தே தெரியும். நெல்லை மாவட்டத்துலேயே சைவ மடங்களுக்கு எவ்வளவு இடம் இருக்குன்னு தெரியாது. எவ்வளவு சொத்து இருக்குன்னு தெரியாது. குன்றக்குடி எங்க இருக்குன்னே திருநெல்வேலில பாதிப் பேருக்குத் தெரியாது. போனது இல்ல. ஆனா குன்றக்குடி மடத்துக்குத் திருநெல்வேலில சொத்து இருக்கு. களக்காட்டுல அவங்களுக்கு சொத்து இருக்கு. தமிழ்நாடு சைவம் இன்னமும் நஞ்சை நிலங்களைக் கையில வைத்திருக்கக் கூடிய மதம்தான். வைணவத்துல அப்படியில்ல வைணவர்களும் அப்படியில்ல. ஏன்னா தொடக்கத்துல இருந்து எண்ணிக்கை குறைவா இருக்கிறதால் இந்த நிலை.

தமிழகத்தில் சாதிகளின் தோற்றம் எந்த அடிப்படையில் உருவாச்சு?

ஜாதி என்ற சொல் தமிழ்ச்சொல் இல்லை. திராவிட மொழில 'ஜா'ங்கிற சொல்லுக்கு வேர்ச் சொல் தமிழ்ல கிடையாது. 'ஜா'ங்கிற வேர் சொல்லுக்குப் பிறப்புன்னு அர்த்தம். சாதி பற்றி தொல்காப்பி யத்துல ஒரு இடத்துல வர்றது இடைச்செருகல்ன்னு நினைக்கிறேன். 'உயிர் வாழ் சாதி'ன்னு பறவைகளைச் சொல்றாங்க. பிரிவுன்னு இருந்துருக்கணும். குலங்கள் இருந்திருக்கின்றன. குடிகள் இருந்திருக் கின்றன. ஆனா பக்தி இயக்கத்தோட எழுச்சிக்கு அப்புறம்தான் சாதிகள் தலைதூக்கியிருக்கின்றன என்று நினைக்கிறேன்.

குலங்கள், குடிகள் எந்த அடிப்படையில் தோன்றியது?

அதைப்பற்றி நாம இன்னும் நிறைய ஆய்வு பண்ண வேண்டி யிருக்கு. குலங்கள் தங்களுக்கென்று தனித்த தெய்வங்களை உடையவை. பத்ரகாளிபோல ஒரு குறிப்பிட்ட சாதிக்கே உரிய தொல் திராவிட தெய்வங்கள் இருந்திருக்கின்றன. குடிகள் என்பது அதற்குக் கீழாக உள்ள சிறிய அளவிலான மக்கள் தொகுதி.

வலங்கை இடங்கை சாதியப் பிரிவுகள் தமிழ் மரபில் நிலை கொள்ளாமைக்குக் காரணம் என்ன?

வலங்கை இடங்கைன்றது 19ஆம் நூற்றாண்டுல வெள்ளைக் காரன் எழுதிவச்சு பெரிசுபடுத்திட்டாங்க. சென்னையிலதான் அது அதிகமாயிருந்துச்சு. இடங்கை சாதிகளெல்லாம் விவசாயம் சார்ந்த சாதிகளாகவும், வலங்கை சாதிகளெல்லாம் சேவை சாதிகளாகவும் இருந்தன என்பதுதான், சேவை சாதிகள், தொழில் சாதிகள் என்பது அந்தப் பிரிவு.

தமிழ் மரபில் வர்ணாசிரமம் நிலைகொள்ளாமல் போவதற்கான காரணம் என்ன?

இல்லைங்கிறது உண்மையே தவிர, அத யாரும் எதிர்த்து நிலைகொள்ளாம போச்சுனு சொல்றதுக்கில்ல. எழுத்திலதான் அது இருக்கே தவிர, அது வாழ்நிலைல ஒருபோதும் இல்ல. எழுத்துலதான் நான்கு வர்ணம்னு இருக்கு. நடைமுறைல சாதிகள்தான் இருந்தன. வர்ண பேதம் இல்லை. இங்க பழைய அளவுகோலுக்கு ஏற்றார்போல் இவன் சத்திரிய சாதி, இவன் வைசிய சாதின்னு பிரிச்சுக்கிட்டாங்க. அவ்வளவுதான். வர்ணாசிரமம் ஏதும் இங்கில்லை.

தமிழகத்தில் அடிமை முறை இருந்ததா? இருந்தது என்றால் இருந்த காலகட்டம் எது? அடிமை முறைக்கான தோற்றுவாய் எது? எப்படி இருந்துச்சு?

இருந்தது. 'தமிழகத்தில் அடிமை முறை' என்ற தலைப்பில் ஆ.சிவசுப்ரமணியன் ஒரு புத்தகம் எழுதியிருக்கார். தமிழகத்தில் அடிமை முறை இருந்துச்சு. நிலத் தொழிலாளர்களை அடிமை செய்திருக்கிறார்கள். சமீபத்தில் கூட சிவசுப்ரமணியனோட ஒரு கட்டுரை படிச்சேன். 18ஆம் நூற்றாண்டுல ஓலைப்படிவங்கள் எடுத்திருக்காங்க. அடிமைகள் இருந்திருக்கிறார்கள். கோயில்ல இருந்துதான் தொடங்குது. பணியாளர்களை அடிமைகளா விலைக்கு வாங்கி கோயில் பணிக்கு அமர்த்தியிருக்காங்க. மாணிக்கமும் slavery in tamil country அப்படின்னு ஒரு புத்தகம் எழுதியிருக்கார்.

பறை முற்றி பள்ளு ஆச்சு. பள்ளு முற்றி பள்ளியாச்சு, பள்ளி முற்றி முதலியாச்சு. முதலி முற்றி பிள்ளையாச்சு எனத் தமிழகத்தின் சாதி களைப் பற்றிய சொல்லாடல் எதைக் குறிக்கிறது?

குறிப்பிட்ட சாதியினர் இந்த ஊர்ல இருக்காங்க. 50 குடும்பம் சென்னைக்குக் குடிபெயர்ந்து அங்க சாதி அடையாளத்த மாற்றிச் சொன்னால் அதானே உண்மை. இரண்டு தலைமுறை ஆச்சுன்னா அது நிலைபெற்றுவிட்ட உண்மை அல்லவா! அப்படி நிறைய ஆயிருக்கு. சில சாதிகளோட பூர்வீகத்த சடங்குகள்ல இருந்து கண்டுபிடிச்சுரலாம். sanskritation அப்படிங்கிறது. அதிகாரத்தை நோக்கிய நகர்வு. மேல் நோக்கிய நகர்வு. எல்லா சாதிகளிலும் இருந் திருக்கு.

தமிழர் சமயம்னு எதையாவது சொல்ல முடியுமா?

தமிழர் இருக்கணுமா? உங்களுடைய அளவுகோலே சிக்கலா யிருக்கு. தமிழர் சமயம்னு ஒன்று இருந்தாகணுமா? தமிழன் சாமி

கும்பிட்டானான்னு கேளுங்க? நியாயமான கேள்வி. இயற்கை கலந்த தெய்வத்த நம்புனானான்னு கேளுங்க? சமயம் இருக்கணும்னு என்ன அவசியம். இன்னும் சொல்லப்போனா கடவுள்ங்கிற வார்த்தையோ, இறைவன்ற வார்த்தையோ இல்ல. தெய்வங்கிறதுதான் பழைய வார்த்தை. நாட்டார் தெய்வங்கள்னுதான் சொல்றோம். நாட்டார் கடவுள்னு சொல்லக் கூடாது.

பார்ப்பனர்களுக்கு விளை நிலங்கள் சொந்தமாக இருந்தாலும், அவர்கள் விளைநிலங்களில் காலை வைப்பது கிடையாது. ஏன்?

பிராமணர்கள் என்னல்லாம் செய்ய மாட்டேங்குறாங்கன்னு நீங்க பாத்தீங்கன்னா தெரியும். பிராமணர்கள் பனங்கிழக்கு சாப்பிட மாட்டாங்க. பிராமண வீடுகளுக்குள்ள இன்னமும் பனங்கிழங்கு போகலைங்க. பனங்கிழங்கு ருசியை ஆண்கள் வேண்டுமானால் அறிந்திருக்கலாம். பெண்கள் அறிந்திருக்க மாட்டார்கள். பூமிக்குக் கீழே விளையிறதெல்லாம் சூத்திரர்களுக்கும், பன்றிகளுக்கும் உரியது. அதுமட்டுமல்ல. சங்கராந்திதான் கொண்டாடுவார்களே தவிர, அவர்கள் பொங்கல் கொண்டாட மாட்டார்கள். பொங்கல் திரு விழாவிலே அவ்வளவு கிழங்குகளும் படைக்கப்படுது. கிழங்குகள் சாப்பிடாத சாதி அவங்க. ஏன்னா கிழங்குகள் எல்லாம் பூமிக்குக் கீழே விளையுதே. சர்க்கரைவள்ளிக் கிழங்கா இருந்தாலும் சரிதான். அவர்கள் சாப்பிட மாட்டார்கள். ஆனால், உருளைக்கிழங்கு சாப்பிடுவார்கள். ஏன்னா அது அதிகாரத்தோடு வந்தது. கோயில் மடப்பள்ளிகளில் இன்னும் உருளைக்கிழங்கும் போகல, வெங் காயமும் போகல.

சூத்திரர்களுக்கு உரியதை அவர்கள் சாப்பிடமாட்டார்கள் என்பது எப்போது வந்தது?

இந்து சாம்ராஜ்யத்துடைய தொடர்ச்சியாக விஜயநகர மன்னர் கள் வந்தபோதுதான் இந்தக் கூத்தெல்லாம் நடந்தது. காபி வருகிறது. வெள்ளைக்காரன் கொண்டு வர்றான். காபிக்கு என்ன இனிப்பு சேக்குறதுன்னா, கருப்பட்டி சேர்க்க மாட்டாங்க. பிராமணர்கள் சீனிக்காப்பிய அறிமுகப்படுத்தினாங்க. கீழ்ச்சாதிக்காரர்கள் தொட்டு, கருப்பட்டி காய்ச்சுறாங்க. அதனால கருப்பட்டி எடுக்க மாட்டார்கள். பிராமண வீடுகள்ல கருப்பட்டிப் பயன்பாடு மருந்துக்குத்தான் இருக்கும். சர்க்கரைப் பயன்பாடுதான் இருக்கும். கோயில் மடப் பள்ளிகளில் இல்லாத பொருள்களை எல்லாம் நீங்களே யோசிச்சுப் பாருங்க தெரியும்.

ஆசிவகம்தான் தமிழர்களோட மதம். சமணம்தான் தமிழர்களோட மதம். அத பார்ப்பனர்கள் வந்து அழிச்சுட்டாங்கன்னு சொல்றாங்க. மதம் என்றால் நிறுவனமான மதத்தை மட்டும் சொல்வதா அல்லது அதைத் தாண்டி நிறுவனமில்லாத நாட்டார் தெய்வங்களையும் அதில் சேர்க்கலாமா?

இன்னமும் 90 விழுக்காடு மக்கள் நிறுவன மதத்துக்கு உள்ள இல்லையே. அங்கயும் இங்கயும் ஊசலாட்டம் உடையவங்க சிலபேரு உண்டு. 90 விழுக்காடு மக்கள் சைவத்துலயும் இல்லாதவங்க, வைணவத்துலயும் இல்லாதவங்க. எட்டிப் பார்த்த மாதிரி சில பேர் அங்கயும் போயிட்டு வர்றது உண்டு. இன்னும் சில ஒழுக்கங்கள வச்சுருக்கான். அவ்வளவுதான். செத்த வீட்டுக்குப் போனா சாப்பிட மாட்டாங்க சிலபேரு. வந்து குளிச்சுட்டுதான், திருமண் வச்சுட்டுதான் சாப்பிடுவாங்க. எங்கம்மாலாம் தெருவுல பிணம் கிடந்துச்சுன்னா தூக்கிட்டு போற வரைக்கும் சாப்பிட மாட்டாங்க. சொந்தமே இல்லாத வீடா இருந்தாலும் சரிதான். ஆனா எங்கள சாப்பிடச் சொல்லிரு வாங்க.

கோயில் சார்ந்த அதிகாரம் நிலவும்போது கோயிலுக்கும், சமூகத்துக் குமான உறவு முறை எப்படி இருந்தது?

பல சமயங்கள்ல கோயில் சார்ந்த அதிகாரத்தை மக்கள் ஏற்றுக் கொண்டிருக்கிறார்கள். சில நேரங்களிலே கோயிலோடு முரண் பட்டிருக்கிறார்கள். மகேந்திர சதுர்வேதி மங்கலத்துக் கல்வெட்டு களை வைத்து இன்குலாப் ஒரு கவிதை எழுதியிருக்கிறார். கோயில்ல நெருப்பக் கொளுத்தி இருக்கானே. 'அலைவாய் கரையில்' நாவல் படிச்சுருப்பீங்க. சர்ச்சுக்கும் கிறிஸ்தவர்களுக்கும் இடையில முரண் பாடு வருதுல்ல. திரும்பத் திரும்ப நீ என்ன கொடுமைப்படுத்தி னேன்னா, நான் கிறித்துவத்த விட்டு வெளிய போயிருவேன்னு சொல்றான். நான் கிறித்தவனா இருக்க போயிதான உனக்குத் துவி கொடுக்கணும். போறேன்னுட்டான். நானூறு வருசமாதான் கிறிஸ்தவர்கள். 1530 இல் இருந்து கிறித்துவன். அங்க பிஷப்பும் அவங்க சாதிக்காரந்தான். அவங்க ஊர்க்காரன். பரவன் பதிதன் ஆகமாட்டான். அதாவது கிறித்துவத்த விட்டுப் போய் பாவி ஆகமாட்டான்னாங்க. ஆனால், அவர்கள் அதை விட்டுப் போய் ஒரு பிள்ளையார் கோயிலைக் கட்டிக்கொண்டார்கள். ஆர்.எஸ். எஸ். உதவியோடு. ஊர்ல நான் கல்லூரியில் படிக்கிறப்ப இடிந்த கரைல அப்படி ஒரு போராட்டம் நடந்தது. சர்ச்சா வயிறான்னு வர்றப்ப வயிறுதான் ஜெயித்தது. சர்ச் தோற்றது. அதுதான் எல்லா

மதத்துக்கும் பொருந்தும். கோயிலுக்கு எவனாவது குத்தகை ஒழுங்கா கொடுக்கிறானா? கோயில் கடைக்கு வாடகை கொடுக்குறானா?

சமண மதம் வேரூன்றாம போனதற்கான காரணம் என்ன?

அளவுக்கு மீறிய துறவும், ஒழுக்கமும்தான். தனிமனித ஒழுக்கத்தை அளவுக்கு மீறிக் கொண்டு வந்தாங்க. உணவு விசயத்துல அடிக்கடி பட்டினி கிட, பட்டினி கிடன்னு சொன்ன மதம் அது. பாவத்துக்கு நிவாரணமே பட்டினி கிடக்குறதுன்னு சொன்ன மதம் அது. மேலும் தீவிரமான நிர்வாணக் கோட்பாடு, இதுபோன்ற சில காரணங்களால் அந்த மதம் அழிஞ்சது.

விவசாயத்துக்கு எதிரா அந்த மதம் இருந்ததாச் சொல்லலாமா?

விவசாயத்துக்கு எதிரா அவங்க இல்ல. சமணத் துறவிகளே குளம் வெட்டியிருக்காங்க. நிறைய சேவை பண்ணியிருக்காங்க. குளம் வெட்டி அந்த வைகாவூர் திருமலைல ஒரு கல்வெட்டுப் பாட்டே உண்டு. ராஜராஜன் காலத்துல பாட்லயே கல்வெட்டு இருக்கு.

அலைபுரியும் புனற்பொன்னி ஆறுடைய சோழன்
அருமொழிக்கு யாண்டு இருபத்தொன்றாவ தென்றுங்
கலைபுரியு மதிநிபுணன் வெண்கிழான் கணிச் செக்
கர மருபொற் சூரியன்றன் நாமத்தால் வாம
நிலைநிற்குங் கலிஞ்சிட்டு நிமிர்வைகை மலைக்கு
நீடூழி இருமங்கும் நெல்விளையக் கண்டோன்
கொலைபுரியும் படை அரைசர் கொண்டாடும் பாதன்
குணவீர மாமுனிவன் குளிர்வைக்கக் கோவேய்.

(வட ஆர்க்காடு மாவட்டம். வந்தவாசி தாலுகா, வாயலூர். இவ்வூர் ஏரிக் கரைமேல் உள்ள கல்லில் எழுதப்பட்டுள்ள செய்யுட்கள்) இப்படி ஒரு கல்வெட்டு இருக்கு. சமணத் துறவிகளே குளம் வெட்டியிருக்கான்.

சமணத்தின் அழகுணர்ச்சி குறைவாக இருந்ததால், பெண்களிடம் செல்வாக்கில்லாம போனதும் ஒரு காரணமா?

நிர்வாணத்த தமிழ் பெண்களால ஏத்துக்கவே முடியல. நிர்வாணமாத்தான் வருவேன். ஆனா, பிச்சைக்கு வரும்போது பெண்தான் பிச்சை கொடுக்கணும் அப்படிங்கிறான். கூடுமானவரை இரண்டு ஆம்பிளைகள் குறுக்க வேட்டியப் பிடிச்சுட்டு வந்தாங்க. அப்பவும் பெண்களால தாக்குப் பிடிக்க முடியல. மதம் காலியாயிட்டுது.

ஆதிசங்கரரின் சன்மார்க்கத்தின் தோற்றம் எதன் அடிப்படையில் உருவானது? ஆறு மதங்கள இணைச்சதா சொல்றாங்களே?

சன்மார்க்கம் வேற. நீங்க சொல்றது ஷன்மத மார்க்கம். அவரு இணைக்கவும் இல்லை. ஒண்ணு ஆக்கவும் இல்ல. காஞ்சி சங்கராச்சாரியார் விட்ட கதை அது. அவரு ஆரியமயப்படுத்த பார்த்தாரு. பல கோயில்கள்ல ஆதிசங்கரர் ஸ்ரீசக்கர பிரதிஷ்டை பண்ணாரு அப்படிம்பான். அப்படின்னா என்னா அர்த்தம்? நாட்டார் தெய்வ கோயில புடுங்கி பார்ப்பனர் கையில் கொடுத்தார்ன்னு அர்த்தம்.

நல்ல உதாரணம் திருவானைக்காவல். அந்தந்தக் கோயிலுக்குத் தான் சங்கராச்சாரியார் போவாரு. ஸ்ரீசக்கர பிரதிஷ்டை தாடங்கம் செய்து கொடுத்தார். திருவானைக்காவல் அகிலாண்டேஸ்வரி கோயில மத்த மக்கள்கிட்ட இருந்து பிடுங்கி பிராமணன் கையில் கொடுத்திட்டாரு. ஸ்ரீசக்கர பிரதிஷ்டைங்கிறது ஒரு நம்பகத்தன்மை யற்றது. ஷன்மதங்கிறதே ஒரு நம்பகத்தன்மையற்றது. இதை எல்லாம் புனிதமாகக் காட்டிட்டாங்க. என்ன நாம கண்விழிச்சு எழுத்துல வாசிக்கிறபோது கல்கி, கல்கண்டு, குமுதம், மஞ்சரி இருந்துச்சு. நம்ம கண்ண குருடாக்கிட்டாங்க. 'தெய்வத்தின் குரல்'ன்னு ஒரு குண்டப் போட்டாங்க. இப்ப எங்கடா தெய்வம் இருக்கு. தெய்வம் ஏன்டா சாகுது. தெய்வத்த ஏன்டா மண்ணுக்குள்ள போட்டு மூடுனீங்க. இன்னம் அந்தப் பழைய சங்கராச்சாரியார் கோவணம் கட்ன படத்தப் போட்டு தீபாவளி மலர் போடாம இவனுகளுக்குப் பொழுது விடியாதே.

வள்ளலாரின் சன்மார்க்கம்கிறது வேறயா?

சன்மார்க்கம்னா அருள் நிறைந்த மதம்னு அர்த்தம். வள்ளலார் ஜீவகாருண்ய கோட்பாட்டில் ரொம்பத் தீவிரமா இருந்தாரு. அவரோட உயிர் இரக்கக் கோட்பாடு எதுவரைக்கும் போச்சுன்னா, 'வாடிய பயிரைக் கண்டபோதெல்லாம் வாடினேன்.' ஷன்மதங்கிறது நம்பகத்தன்மையற்றது. ஆனந்த விகடன், குமுதம், கலைமகள், தீபாவளி மலர்ல பண்ண ஏமாத்து வேலை. பார்த்தாலே பொசு பொசுன்னு வரும் எனக்கு. அந்தக் காலத்துல அதுலதான் நிறைய படம் போடுவான். நான் நாலாங்கிளாஸ், அஞ்சாங்கிளாஸ் படிக்கிறப்ப வாசிக்கத் தொடங்கிட்டேன்.

ஆதிசங்கரர் எவ்வாறு மதங்களைக் கொண்டு வந்தார்?

இல்லங்க. வேதத்தோட புனிதத்தைக் கொண்டாடுனாரு. வேதம் மனுசன மேல் கீழ்னுச்சு. சும்மா கட்டி எழுப்புன பிம்பம்தான். 50 வருடத்துக்கு முந்தி பிளாக் அண்ட் வொயிட் மீடியா செஞ்ச

வேல. இந்து மதம்னே ஒரு மதம் கிடையாது. ஷன்மதம்னு ஒண்ணு கிடையாது. பார்ப்பான் ஆகம வழிபாட்டுப்படி, ஆகமம் இல்லாம இவன் இஷ்டப்படி கும்பிட்டுக்கிட்டிருந்தான்.

கௌமாரம் தமிழர் மதமாக முன்னிறுத்தப்படுவதற்கான காரணம் என்ன?

யாரு சீமான் சொன்னாரா? ‘வீரத் தமிழர் முன்னணி’ன்னு ஒன்னு வச்சுக்கிட்டு ஏதோ பண்ணிக்கிட்டு இருக்காரே அதக் கேட்கி றீங்களா? கௌமாரம் மதம் இல்ல. முருக வழிபாடாக இருந்துச்சு. திருமுருகன்னு ஒரு புத்தகம் வந்துருக்கு. அதுலயும் நிறையத் தப்புத் தப்பாத்தான் இருக்கு Muruga kanthan in tamil contentன்னு ஒரு புத்தகம் பெட்லோத்தின்னு வெள்ளைக்காரன் எழுதியிருக்கார். அவர் என் நண்பர்தான்.

ஆனாலும் நான் இன்னும் அந்தப் புத்தகத்தைப் படிக்கல. முருக வழிபாடு பழைய திராவிட வழிபாடு. திராவிடர்களோட தெய்வம் முருகன். ஆனா இதை வைத்துக்கொண்டு ‘வீரத் தமிழர் முன்னணி’ன்னு ஒன்றைக் கட்டியிருக்காராம் சீமான்.

அவர் என் மாணவர்தான். இங்கல்லாம் அப்பப்ப வந்துக்கிட்டு இருந்தார். கட்சி ஆரம்பிக்காதீங்கன்னு சொன்னேன். இப்ப வர மாட்டார்.

காணாபாத்தியம் என்றழைக்கப்படுகிற மதம் எங்கு உருவானது? எந்தக் கடவுளை முன்னிறுத்திக் காணாபாத்தியம் தோன்றியது? தமிழகத்தில் வழிபாட்டு முறைக்கு வந்துள்ளதா?

ஆறாம் நூற்றாண்டு. இன்னும் சொல்லப்போனா கணபதி வந்து விக்னேஸ்வரர் விக்கிரகங்கள உருவாக்குறவனே தவிர, விக்கி ரகங்கள போக்குறவன் அல்ல G.S.Ghurye, Gods and Men அப்படின்னு ஒரு புத்தகம் எழுதியிருக்கார். கணபதி விக்கிரகங்களை உருவாக்கக் கூடியவர்.

தயவு செய்து ஒண்ணும் செய்துறாதப்பா அப்படின்னு அவரக் கும்பிட்டுத் தொடங்குறது கணபதி வழிபாடுதான். காணாபாத்தியம். அப்புறம்தான் அவர் விக்கிரகங்கள் நீக்குகிற கடவுளாயிட்டார். இங்க ‘ஆண்டிச்சி பாறை’ன்ற ஒரு எட்டாம் நூற்றாண்டைச் சார்ந்த குடைவரைக் கோயில் இருக்கு. துவார பாலகருக்குப் பதிலா ஒரு பக்கம் மூதேவி, ஒரு பக்கம் பிள்ளையார். அவ்வளவுதான் அவன் ஸ்டேட்டஸ். ஆன்மீக உலகத்துல அப்புறம்தான் பெரியாளா ஆக்கிட்டாங்க.

வட இந்தியா முழுக்க பிள்ளையார் சதுர்த்தி கொண்டாடு கிறாங்க. வடநாட்டுப் பிள்ளையார் சதுர்த்திக்கும், தென்னாட்டுப் பிள்ளையார் சதுர்த்திக்கும் ஏதாவது வித்தியாசம் இருக்கணும்ல. இங்க இருக்கிறது கல்லுப் பிள்ளையார். அவரு கரைக்கிற பிள்ளை யார். பிள்ளையார கும்பிடலாம். கூட இருக்க முடியாதுன்பான் அவன். ஆனா, இங்க கூட வச்சுக்கலாம். வீட்லயே பிள்ளையார் மாடம் வச்சுக்கலாம். அது ஒரு வகையான வழிபாட்டு நெறி. அவ்வளவுதான்.

பூனா ஏரியாவுல இருக்கிற சித்பவன் பிராமணர்களோட தெய்வம்தான் அது. சித்பவன் பிராமணர்கள் வெறிபிடிச்ச இந்துக் கள். திலகர் அதுல இருந்து வந்தவர். அதக் கொண்டு இந்தியா முழுக்க காங்கிரஸ் வளர்ந்துச்சு. பிள்ளையார் எங்க ஊர்லயும் உண்டு. எங்க பிள்ளையார் எங்களோடது. உங்க பிள்ளையார் உங்க ளோடது. எங்க பிள்ளையாரக் கரைக்கவே முடியாது. ஏன்னா அவர் கல்லுப் பிள்ளையார்.

தேசிய விநாயகர் என்றால்....?

தேசிகம்னா வியாபாரம். வியாபாரிகள் மூலமாத்தான் அந்த cult தமிழ்நாட்டுக்குள் வருது. பிள்ளையார்ப்பட்டிலாம் வணிகப் பாதையில் (Trade Route) இருந்து தோன்றியது. தேசிக விநாயகர் அதான். இன்னைக்கு வியாபாரிகள்தான் பிள்ளையார ரொம்பக் கொண்டாடுவாங்க. கணபதி ஹோமம் பண்ணனும்னுவான். இவனுக்கு கணபதியும் தெரியாது. ஹோமமும் தெரியாது. அது ஒரு fashion மீடியா கெடுத்த கெடுதல்.

பொங்கலுக்கும், சங்கராந்திக்கும் என்ன வித்தியாசம்?

உத்ராயாணம்பான். சூரியன் வடக்கு நகர்ற காலத்த அவன் கொண்டாடுறான். லூனார் காலண்டர்க்காரன் (சூரிய கால அட்டவணை) சோலார் காலண்டரக் (சந்திர கால அட்டவணை) கொண்டாடுறான்.

சமணம், பௌத்தம் இவற்றுக்கு எதிரான பக்தி இயக்கம் (சைவம், வைணவம்) வணிகர்கள், வேளாளர்கள் எதிர்ப்புணர்வு இன்றைய தமிழ்ச் சமூகத்திலும் எதிரொலிக்கிறதா? எதிரொலிக்கிறது என்றால் அதற்கான பின்புலமும் காரணமும் என்ன?

சமணமும், பௌத்தமும் வணிகர்களாலே பாதுகாக்கப்பட்ட மதம். எனவே, சமண பௌத்த எதிர்ப்பு என்பது வணிகர்களோட

எதிர்ப்பு. அந்த எதிர்ப்பு வந்து வேளாளர்களோட ஆதரவா மாறுது. சரண்சிங், இந்திராகாந்தி பாலிட்டிக்ஸ்ல, சரண்சிங் விவசாயிகளுக்கு ஆதரவா இருந்தார். இந்திரா காந்தி கார்ப்பரேட் செக்டார்க்கு ஆதரவா இருந்தாங்க. முதலாளிக்கு ஆதரவா இருந்தாங்க. இந்த பாலிட்டிக்ஸ் 20ஆம் நூற்றாண்டு வரை நீடிக்குது. சமணம், பௌத்தம் இரண்டுமே வியாபாரிகளோட மதம். Religion of the merchantalls அதனால வணிகப் பெருவழிகள்லதான் அது இருந்துச்சு. நிலபுலன்கள் இருக்கிற இடத்துல பெருங்கோயில்கள் இருக்கும். நெல்வேலில சிவன் கோயில் இருக்கும்.

காலனி ஆட்சிக்குப் பிறகு வரக்கூடிய மதமாற்றம்

மீனாட்சிபுரம், Meenakshipuram after convertion ஒரு புத்தகம் இரண்டையும் Folk lore center -க்கு கொடுத்துட்டேன். ஒண்ணும் நடக்கல. அன்வர் பாலசிங்கம் நாவல்ல மதமாற்றத்தால ஒன்னும் நடக்கல அப்படின்றாரு. அவரு இஸ்லாமா கன்வெர்ட் ஆன தலித். அப்புறம் அங்க போயி ஒன்னும் நடக்கலன்னு உடனே மதமாற்றம் ஒரு பிராடுனு நாவல் எழுதியிருக்கார். 'கருப்பாயி என்கிற நூர்ஜகான்' ஸ்கிரிப்டக் கொடுத்து புத்தகமாப் போடலாமான்னு லேனா குமார் கேட்டாரு. போடுய்யா நல்லா விக்கும்னு சொன்னேன். நல்லா வியாபாரமாச்சு.

தெலுங்கு, கன்னட மக்களோட ஊடுருவல் எந்தக் காலத்துல அதிகமாச்சு?

13ஆம் நூற்றாண்டுக்குப் பிறகுதான். 1370இல் தெலுங்கு விஜயநகர மன்னர் வர்றான்ல அப்பத்தான் நடக்குது. ஊடுருவல்னு எல்லாம் சொல்ல முடியாது. அவங்க ஓப்பனாத்தான் வர்றாங்க. மகிழ்ச்சியான விசயம் என்னான்னா பள்ளு தொட்டு பன்னெண்டு சாதி அப்படிம்பான்ல, பிராமணன்ல இருந்து பறையர் வரை எல்லா சாதியும் Migrate ஆகி இங்க வந்துச்சு. அதனால அது பெரிய சமூக சிக்கலா மாறவேயில்ல. அவன் வரலட்சுமி நோன்பு கொண்டாடிட்டுப் போவான். நாம கொண்டாடுறதுல்ல.

தமிழ் மக்கள் இடம் பெயர்ந்தார்களா?

ஆகல. அவங்க தேவை காரணமா Migrate ஆகி வந்தாங்க. வட மாவட்டத்துல இருந்து ரெட்டியார், தெலுங்கு பேசுற செட்டி யாரு, பாளையங்கோட்டை பக்கத்துல ரெட்டியார்பட்டின்னு ஒரு கிராமம் இருக்கு. அதுவரைக்கும் அவங்க வந்தாங்க. எல்லா மாவட்டங்கள்லயும் அவங்க வந்தாங்க.

தமிழ் மக்கள் போகாததற்கான காரணம்?

அவனுக்குப் பொழப்பு இல்ல, வந்தாங்க. இவன் ஊர்ல இவனுக்குப் பொழப்பு இருந்துச்சு. அவங்க பொழைப்புக்காகத்தான் வந்தாங்க. வந்த இடத்துல அரசியல் அதிகாரம் கைக்குக் கிடைச்சுப் போச்சு.

தமிழக ஆன்மீக வரலாற்றில் 19ஆம் நூற்றாண்டுல வள்ளலார் ஒரு கலகக்குரல் எழுப்பியிருக்கார். அது குறித்து?

எனக்கு வட மாவட்டங்களோட அதிகமா பரிச்சயம் கிடையாது. ஆனா, வள்ளலாரோட கலகக்குரல் சிதம்பரம் கோயில மையமிட்டு அங்க மட்டும்தான் நடந்துச்சு. சிதம்பரம் தீட்சிதர்கள் வள்ளலாருக்கு எதிராக ஆறுமுக நாவலரை நிறுத்தினாங்களே தவிர, எதிர்க்கவில்லை.

ஆனாலும் வள்ளலார் நிற்பதற்குக் காரணம் அவர் பிறந்த சாதியினுடைய எண்ணிக்கை பலமும் பொருளாதார பலமும்தான். இல்லைன்னா வள்ளலார் நின்றிருக்க மாட்டார்.

'இந்து' என்கிற ஒற்றைச் சொல் உருவாக்கம் குறித்து.....

இந்துவே தற்போது வரலாற்றில் பின்னால் வந்தது. அதாவது, 40, 30 வருசத்துக்குள்ள வந்தது. போஜ்புரி, மைதிலி, அர்த்தமாகதி போன்ற மொழிகளெல்லாம் இந்தியாவுல அழிக்கப்பட்டதுனு வட இந்தியாக்காரனே நினைக்கிற காலமிது.

வட இந்தியாவுலேயே கமலாபதி திருபாதியோட காலமெல்லாம் முடிஞ்சு போச்சு. லாலு பிரசாத், முலாயம் சிங் காலம் இது. உத்திரப்பிரதேசத்துல பிராமணர்களைத் தவிர யாருமே முதலமைச்சர் நாற்காலியைக் கனவு கூட காணமுடியாத காலமிருந்தது. இன்னைக்கு அப்படீல்ல. இந்தியா முழுக்கவே சீன் மாறிட்டுது. காட்சிகள் மாறிட்டுது. சமணம் முதல்ல வட நாட்டுல அவுட் டேட்டேடு ஆகி இங்க வந்ததோ அதுபோல. பிஜேபி இங்க அவுட்டேட்டேடு ஆகி, அங்கயும் ஆகும்.

குஜராத்தில் படேல் சமூகத்துடைய கலவரம் பின்னணி குறித்து?

ஒட்டுமொத்தமா எல்லாத்தையும் காலி பண்றது. தலைவர்கள் பெயர்ல போக்குவரத்துக்கழகம் வைக்கக் கூடாதுன்னு சொல்லி எல்லாப் பேரையும் காலி பண்ணாங்க. எல்லா மாவட்டத்துப் பேரையும் காலி பண்ணாங்க. பாவம், அதுல பெரியார் மாவட்டமும் காலியாயிருச்சு. இந்த மாதிரி எல்லாவற்றையும் காலியாக்குவதற்கு பி.ஜே.பி மறைமுகமா பண்ணக்கூடிய ஒட்டுமொத்தமா இட ஒதுக்கீட்ட காலி பண்றதுக்கான சூழ்ச்சின்னு நான் நினைக்குறேன்.

ராஜராஜன் மாதிரி பழைய ஆண்ட பரம்பரை ராஜாக்களுக்கு சாதி இருந்ததா?

தமிழ்ல 'சாதி கெட்டவன்'னு ஒரு வசவுச் சொல் உண்டு. ராஜாக்கள் எல்லோரும் சாதி கெட்டவர்கள்தான். ஏன்னா எல்லா சாதியிலயும் பெண் எடுத்துருக்கான். ராஜராஜனும் அப்படித்தான். அதிகாரப்பூர்வ மனைவிமாரே நாலு பேரு. கல்வெட்டுகளில் இருக்கு. வேளம் இருந்துருக்கு. வேளத்துப் பொண்டாட்டி வரகுணன் வைத்த திருவிளக்குனு சொல்றா. வேளம்னா (ஹாரம்) அந்தப்புரம். இதெல்லாம் நிக்காது. நாங்கதான்னு எல்லோரும் சொல்லிக்கலாம். ஒவ்வொரு மக்கள் தொகுதிக்கும் ஒவ்வொரு பகுதியில அரசியல் அதிகாரத்த வச்சுருக்கு.

சமயங்கள் தத்துவங்கள் சடங்குகள் ஒவ்வொரு இனக்குழுவுக்கும் ஏற்ப இருந்ததா?

அப்படித்தான் உருவாயிற்று நிலப்பரப்பு சார்ந்து, மாவிளக்கு எடுக்குற சடங்கு திணை விளைகிற சங்கரன்கோயில் பகுதியிலதான் இருக்க முடியும். சென்னையில இருக்க முடியுமா? திருநெல்வேலிக் காரங்க அங்க குடிபோனா இருக்கும். ஒரு ஐம்பது வீட்டுக்காரங்க அங்க குடிபோயி மாவிளக்கு எடுக்குற சடங்கை செஞ்சா அங்கே யிருக்கும். ஆபத்தில்லாத சடங்கு செலவில்லாத சடங்கு.

மற்றபடி அது எங்க தொடங்கியிருக்கும்னா, திணை அதிகமா விளையிற சங்கரன் கோயில் பகுதியில்தான். அந்தக் கோயில்லதான் மாவிளக்கு எடுப்பாங்க. நெல்லையப்பர் கோயில்லயோ, திருச் செந்தூர் கோயில்லயோ கூட எடுக்க மாட்டாங்க. நிலத்துக்கு ஒரு முக்கியத்துவம் இருக்கு. ஆனா, பழையகாலம் அளவுக்கு இல்ல.

கோத்திரம் என்பது என்ன? வேதப் பார்ப்பனர்களுக்கு மட்டுமே கோத்திரம் உரித்தானது என்றால் அதன் வரலாற்றுப் பின்புலம் என்ன?

கோத்திரம்னாலே ஒரு அணியில் கட்டப்பட்ட பசுக்கன்னு அர்த்தம். தாய்வழிச் சமூகத்தோட எச்சப்பாடு. அத அவர்கள்தான் வைத்திருக்கிறார்கள். தமிழ்ச் சமூகத்திடம் நிறைய சாதிகள் கிளை வைத்திருக்கிறார்கள் அல்லவா. அதுமாதிரி அவன் கோத்திரமும் சூத்திரமும் வச்சுருக்கான். ஆனா, அவங்கதான் இப்ப கோத்திரம் மாறி கல்யாணம் பண்றாங்க. கொத்து, கூட்டம் போல கோயம்புத்தூர் பக்கம் பார்த்தீங்கன்னா கவுண்ட்டர்ல அவ்வளவு கூட்டம் இருக்கு.

பாகவதம், கபாலிகம் பற்றி...

சித்தாந்த சைவத்த இவங்க தமிழ்ச் சைவம்னு காட்ட முற் படுறாங்க. அப்பர் தொடங்கி வைக்குறார். சேக்கிழார் அதச் செய்றாரு. சைவத்தைத் தமிழ் வழக்கு அப்படிங்கிறார். சமணத்தை அயல் வழக்கு என்கிறார். சைவத்தைத் தமிழ் வழக்குன்னு சொல்லும் போது இதுதான் தமிழனோட மதம். அப்படி ஆனா அவரும், அவருக்குப் பிறகு வந்த மெய்கண்டாரும்தான் அதைச் சூத்திரப்படுத் தினார்கள். ஆனாலும் சைவத்தினுடைய தொடக்கம் காஷ்மீர்தான். காஷ்மீர்ல இருந்து வந்ததுதான் சைவம். சித்தாந்த சைவத்தோட தோற்றத்தைப் பார்க்கிறதா இருந்தா காஷ்மீர்தான் போகணும்.

பார்ப்பனர்களின் தென்கலை, வடகலை பற்றி...

இராமானுஜர் பார்ப்பனர் அல்லாத மக்களை வைணவம் பிழைக்கணும்னு கூட்டிட்டுப் போனாரு. சில நெகிழ்வுகளை உண்டாக்குனாரு. அவங்களையெல்லாம் தென்கலையா ஏற்றுக் கொண்டார் இராமானுஜர். அப்படியில்ல, வைணவம் பார்ப்பனர் களுடைய மதம் அப்படின்றவங்க வேதாந்த தேசிகர பின்பற்றுன வடகலை. அவங்க நாமம் போடுவாங்க. இவங்க சீ நாமம் போடு வாங்க.

அய்யங்கார்ங்கிறவர்கள் யார்?

அய்யங்கார் என்பவர்கள்தான் வைணவர்கள். அவங்க பெரும் பாலும் இராமானுஜர் சித்தாந்தம். அவங்க அரக்கத்தனமா இருக்க மாட்டாங்க. கொஞ்சம் மனிதாபிமானத்தோடு இருப்பார்கள்.

தமிழ் பிராமணர்கள் என்பவர்கள் உண்டா?

யாருமே கிடையாது. எல்லாமே கற்பனைதான். தமிழ் பிராமணர்கள்னு யாருமே கிடையாது. அந்தணர் என்போர் அறவோர். அறவோரா இருக்கிற எல்லாரையும் பிராமணரா ஏத்துக்கலாம். ஆனா, எல்லாப் பிராமணரும் அறவோரா? புதுப்புது கற்பிதம் பழைய கற்பிதங்களைச் சாக அடிக்கணும். அவங்க நினைக்கும்போது புதுவகையான கற்பிதங்கள் தேவையில்லன்னு சொல்லலாம்.

பரதவர்கள் தொல்குடி மரபுன்னு சொல்றாங்களே?

பரதவர்கள் தொல்குடிகள்தான். சங்க இலக்கியங்கள்ல அவர் களுக்கு ஒரு தனி அரசு இருந்ததா குறிப்பு இருக்கு. 'தென்பரதவர்

மிடல்சாய வடவடுகர் வாளோட்டினார்' (புறம் 378) அப்படின்னு ஒரு சங்கப்பாடல் இருக்கு. இன்னமும் தூத்துக்குடில அதோட எச்சப்பாடல்லாம் இருக்கு. அவங்களுக்குள்ள 'கடலரசன்'னு ஒருத்தர் இருக்கார். சாதிப் பஞ்சாயத்துத் தலைவர 'கடலரசன்'னு சொல்றாங்க. அவங்ககிட்ட தொல்குடிச் சடங்குகள் நிறைய இருக்கு. தாய்மொழி சார்ந்த பிரியமும் ரொம்ப அதிகம்.

பரதவர் வைணவம் சார்ந்து இருந்திருக்கிறார்களா?

இங்கில்ல. வட மாவட்டத்துல திருக்கண்ணபுரத்துல பார்த்தேன். திருக்கண்ணபுரம் சவுரி ராஜபெருமாளை மாப்பிள்ளேன்னு சொல்லக்கூடியவங்க மீனவர்கள்தான். தென்பகுதி முழுக்க நூற்றுக்கு நூறு மீனவர்கள் கிறித்துவர்கள்தான். கிழக்கே தூத்துக்குடியில் இருந்து வேம்பாறு வரைக்கும். தமிழ்நாட்டினுடைய முதல் கிறித்துவக் குடிகள் அவங்கதான். 1530கள்ல பிரான்சிஸ் சேவியர் காலத்துல மாறுனவங்க. இன்னும் அவங்க தொல் தமிழ்ச் சடங்குகளை எல்லாம் வச்சுருக்காங்க 'வாசல் பதித்தல்' என்னும் சடங்கு மாதிரி பல சடங்குகளை வச்சிருக்காங்க. இன்னும் அவங்க மூதாதையர்களைப் பற்றிச் சொல்லும்போது 'பரவர் புராணம்'னு ஒன்னு வச்சிருக்காங்க. சிவபெருமான் வலைவீசி மீன்பிடித்த திருவிளையாடலோடு தங்களைத் தொடர்புபடுத்துகிறார்கள் பரதவர்கள். 'பரதவர் பாண்டிய வம்சத்தினரே'னு ஒரு புத்தகத்தை நான் பார்த்திருக்கேன். படிச்சதுல, அவங்க தமிழ் identity-க்குத்தான் முயற்சி பண்றாங்க.

கிறித்துவர்களா அவங்க மாறுவதற்கு முன்பு வழிபாட்டு முறை எப்படி இருந்தது?

அவர்கள் ஒரு சுறாக்கொம்பை நட்டு வழிபட்டுக் கொண்டிருந்தார்கள்னு சங்க இலக்கியத்துல,

'சினைச் சுறவின்கோடு நட்டு, மனைச் சேர்த்திய வல்லணங்கினான்'

அப்படின்னு பட்டினப்பாலையிலேயே சுறாவின் கொம்பை நட்டு வழிபட்டதைச் சொல்றாங்க. தொடக்க கிறித்துவ மிஷனரிகள் இதை எழுதும்போது அவர்கள் ஒரு சுறாக் கொம்பை நட்டு வழிபட்டார்கள்னு எழுதுனாங்க. அதுதான் அவங்க வழிபாடு.

பண்பாடு

பண்பாடு குறித்து...

பண்பாடு என்பது பண்படுத்தப்பட்ட நடத்தை முறை. "பண்பெனப்படுவது பாடறிந்து ஒழுகுதல்" என்ற கலித்தொகை அடியிலிருந்துதான் பண்பாடு என்ற சொல் உருவானது. பண் பாட்டை எப்போது உணரமுடியுமென்றால் மீறப்படுகிற போதுதான் பண்பாட்டை உணர முடியும். யாரேனும் ஒரு இளைஞன் விலக்கப்பட்ட உறவிலே திருமணம் செய்யப் போகிறான் என்றால் அப்பொழுது திருமண உறவுகளைப் பற்றிய சிந்தனை வரும். தேவை ஏற்படும்போதுதான் நாம் பண்பாட்டைப் பற்றிப் பேசுவோம். உணர்கிறோம். மற்ற நேரங்களிலே இயல்பாக மூச்சுவிட்டுக் கொண்டிருப்பதுபோல நாம் பண்பாட்டோடு கலந்துதான் வாழ்ந்து கொண்டிருக்கிறோம்.

ஒரு நீர்க்கோவையோ வேறு ஏதோ நோய் வந்து சரியாக மூச்சுவிட முடியாதபோது மூக்கு என்ற ஒன்று நமக்கு நினைவுக்கு வருகிறது. அதுபோல மீறப்படுகிறபோதுதான் பண்பாட்டைப் பற்றிய கவலை நமக்கு வருகிறது. நம்முடைய வீட்டின் தண்ணீர்த் தேவையைத் தீர்ப்பதற்கு நகராட்சி தரும் தண்ணீர் போதவில்லை எனும்போது நம்முடைய வீட்டிலேயே பூமிக்குக் கீழே நீர் இருக்கிறது என்ற உணர்வு வருகிறது. அதுபோலத் தேவை ஏற்படுகிறபோதுதான் நாம் பண்பாட்டைப் பற்றி யோசிக்கிறோம். பண்பாடு என்பது பண்பாட்டைக் கொண்டிருக்கிற மக்களுடைய வாழுகின்ற நிலப் பரப்பு, உற்பத்திமுறை, அங்கே இருக்கிற தட்ப வெப்பநிலை, அந்த மக்களுடைய திருவிழாக்கள், நம்பிக்கைகள் அவர்களுடைய மொழி இலக்கியம் எல்லாம் கலந்ததுதான் பண்பாடும்.

தமிழர் பண்பாடு என்றால் என்ன?

தமிழர் பண்பாடு என்பது 'வடவேங்கடம் தென்குமரி ஆயிடை தமிழ் கூறும் நல்லுலகு' என்று கூறுகிறது தொல்காப்பியம்.

"நெடியோன் குன்றமும் தொடியோள் பௌவமும்
தமிழ் வரம்பறுத்த தண்புனல் நல்நாட்டு"

என்பது சிலப்பதிகாரம். எனவே, வேங்கடமலை தொடங்கி குமரி வரை வாழுகிற மக்களிடத்திலே அடிப்படையான சில கட்டமைவுகள் ஒன்றுபோல இருக்கும். மற்றபடி எல்லாம் ஒன்றாகயிருக்கும். வேங்கடம் முதல் குமரி வரை வாழுகின்ற மக்கள் தமிழ் மக்கள் தாய்மாமனுக்கு மரியாதை தரும் பண்பாட்டிலேதான் வாழ்ந்து கொண்டிருக்கிறார்கள்.

அதேபோல இறந்த உடலுக்கான மரியாதைகளையும் பார்த்தீர்கள் என்றால் மற்ற கலாச்சாரங்களிலிருந்து தமிழர்கள் தனித்திருப்பது தெரியும். இறந்த உடலுக்கு மரியாதை செலுத்துவதும், இறந்த உடலைத் தொட்டுப் பார்ப்பதும் என்று இறந்த உடலுக்கான மரியாதை இங்கு அதிகம். அதுபோல பெண் உடல் மீதான வன்முறை இந்தச் சமூகத்தில் அங்கீகரிக்கப்படாத ஒன்று. பளிச்சென்று சொல்வதானால் இதைத்தான் சொல்லலாம். பெண்களின் உடலில் மீதான வன்முறைக்கு அங்கீகாரமில்லாமை, தாய்மாமன் மரியாதை இவைகளைத்தான் சொல்ல முடியும்.

தமிழர்களின் பண்பாட்டுத் தலைநகரமாக மதுரையைச் சொல்வது ஏன்?

மதுரைதான் தமிழர்களுடைய பண்பாட்டுத் தலைநகரம். மதுரையிலே கேட்டா சொல்வார்கள். 'மதுரையைச் சுற்றிய கழுதையும் வெளியூர் போகாது' என்பார்கள். ஏனென்றால் மதுரைக்குள்ளே அத்தனை விசயங்களையும் பார்க்க முடியும். மதுரை, தென் மாவட்டங்களுக்கும் வட மாவட்டங்களுக்கும் நடுவிலே அமைந்தது. தேனி, திண்டுக்கல், இராமநாதபுரம், தூத்துக்குடி, திருநெல்வேலி இந்த மாவட்டங்களிலுள்ள எல்லா மக்களும் கூடுகிற, சந்திக்கிற இடமாக இருப்பது மதுரைதான். இலக்கியத்தில் நெடுங்காலமாகப் பேசப்படுகிற ஊர். அதுமட்டுமல்ல நெடுங்காலமாக நம் நாட்டிலே வணங்கப்படுகிற தெய்வங்களிலே மதுரையிலே இருக்கிற மீனாட்சித் தெய்வம் தாய்வழிச் சமூகத்தின் எச்சப்பாடு. தனியாக இன்றைக்கும் முடிசூடி அரசியாகிறாள். அவளுக்கு 'மதுரைக்கு அரசி' என்றே பெயர். ஆனால், அவள் கணவன் மதுரைக்கு அரசனல்ல. பெண்ணின் தனித்த உரிமையைப் பேணிக்காப்பது, சடங்குகளும் திருவிழாக்களும் அதிகமுள்ள ஊர் என்பதனாலே தனிச்சிறப்பு. அதுமட்டுமல்லாமல் மதுரையிலே கிடைக்கிற விளைபொருள்கள், மதுரையிலே ஒரு

திருவிழா என்றால் திருவிழாவில் நீங்கள் பார்க்கலாம். மக்களுடைய நகைகள் இருக்கிறதல்லவா, அணிகலன்கள் வகை வகையாகயிருக்கும். குறிப்பாக அழகர் ஆற்றிலே இறங்குகிற சித்திரை திருவிழாவன்று பார்த்தால் கண்கொள்ளாக் காட்சி என்பார்களே அப்படியிருக்கும்.

அதில்தான் ஒரு பழமொழி பிறந்தது. 'நான் ஆற்றைக் கண்டேனா அழகரைச் சேவித்தேனா' என்று ஆற்றைக் கண்டு அழகரைச் சேவித்து பல்வேறு மாவட்ட மக்களுடைய பண்பாட்டையும் அறிந்துகொள்ள முடியும். அதைத் தெரிந்துகொள்ள முடியலையே என்று சொல்வதற்குத் தன்னடக்கத்திற்குச் சொல்லுகிற வார்த்தைகள்தான் 'நான் ஆற்றைக் கண்டேனா அழகரைச் சேவித்தேனா' என்பது. பொதுவாகத் தமிழ்நாடு முழுவதும் சாதி பேதமில்லாமல் இடப்படுகிற பெண்பால் பெயர் மீனாட்சி. தமிழ்நாடு முழுவதும் எல்லாச் சாதியராலும் அந்தப் பெயர் இடப்படுகிறது. இந்தச் சிறப்பு வேறு தெய்வங்களுக்குக் கிடையாது.

தமிழகத்தில் பண்பாட்டு மானுடவியல் ஆய்வுகள் எந்த அளவிற்கு உள்ளது? பண்பாட்டு மானுடவியல் ஆய்விற்கான வேர் எங்கிருந்து தொடங்குகிறது? அதற்கான எதிர்காலம் எப்படியிருக்கு?

மானுடவியல் என்கிற விஞ்ஞானம் ஞான் லூயிஸ் காலத் திலேயே இங்க வருது. சென்னைப் பல்கலைக்கழகத்திலே மானுட வியல் துறை ஆரம்பித்தபோது ஒன்றிரண்டு பேர் படித்தார்கள். குறிப்பாக தமிழ் நாகரிகம் பற்றிப் பேசியவர்களில் கஸ்டம் ஆல்பர்ட் ஒருவர். பல்வேறு சாதிகள் பற்றிய குறிப்புகளை எல்லாம் எழுதுனாரு. அப்ப மானுடவியல் துறை விஞ்ஞானப்பூர்வமாக இங்கே தமிழர் களுக்கு அறிமுகமாகவில்லை. இப்பத்தான் மானுடவியல் துறை விஞ்ஞானப்பூர்வமாக அறிமுகமாயிருக்கு. பக்தவத்சலபாரதி போன்ற மானுடவியலாளர்கள் இங்க வந்திருக்கிறார்கள்.

பண்பாட்டோடு வாழ்ந்தார்கள் என்பது தவிர பண்பாடு பற்றிய ஆய்வுகள் இங்க கிடையாது. இரத்தத்தோடு வாழ்ந்தார்கள். ஆனால் இரத்தம் பற்றிய ஆய்வு கிடையாதுங்கிற மாதிரிதான். பண்பாடு பற்றிய ஆய்வு இங்க கிடையாது. இப்பத்தான் தொடங்கு கிறோம். தேசிய இன விடுதலையை நோக்கிய நகர்வுகளிலே இது முக்கியமான இடம்னு நான் நினைக்கிறேன். நான் அந்தத் துறையில் தான் நிறைய எழுதுகிறேன். நிறைய விடை காண முடியாத கேள்வி களுக்கு விடை காண முயல்வது அந்த அடிப்படையில்தான்.

தமிழகத்தின் வணிகக் குழுக்களில் 'அஞ்சு வண்ணத்தவர்கள்' குறித்து ஒரு கட்டுரையில் விரிவாகப் பேசியிருக்கிறீர்கள். அஞ்சு வண்ணம் குறித்து தமிழில் ஏதேனும் ஆய்வுகள் நடந்திருக்கிறதா?

நடக்கவில்லை என்பதுதான் சோகம். அஞ்சு வண்ணம் என்பது அரேபிய வணிகக்குழு. அஞ்சு வண்ணம் என்றாலே அஞ்சு நேரத் தொழுகையை உடைய இஸ்லாமியரைக் குறிக்கும் என்று பண்டாரத் தார் போன்றவர்கள் எழுதினார்கள். தமிழ் வரலாறு எழுதியவர்கள், 'அஞ்சு வண்ணமும் தழைத்து அறம் தழைத்த வானவூர்' என்று நாகப்பட்டினத்தைப் பற்றிக் குறிப்பிட்டிருக்கிறார்கள். இந்த அஞ்சு வண்ண வணிகக்குழு மறைந்தபோது வணிகக்குழுவோடு வந்த பாதுகாப்புப் படைகள் இங்கேயே தங்கிவிட்டனர். இங்கேயே தங்கிவிட்டனர் என்று சொன்னால் அவர்கள் பெண்களோடு வரவில்லை. எனவே, அவர்கள் திரும்பிச் செல்ல முடியாமல் இங்கே உள்ள பெண்களையே திருமணம் செய்துகொண்டு இங்கேயே தங்கிவிட்டார்கள்.

காயல்பட்டினமும், கீழக்கரை வழியிலே வந்தவர்கள் என்று நான் கருதுகிறேன். ஆனால், இன்று கீழக்கரையிலே பண்டசாலிகள் என்று ஒரு பிரிவு இருக்கிறது. மேலப்பண்டசாலை, கீழப்பண்டசாலை. யாருக்குரிய பண்டசாலை? அஞ்சு வண்ணத்தவர்களுக்கிருந்த பண்டசாலை. இந்தப் பண்டசாலையினுடைய காப்பாளர்களாக, காவலர்களாக இவர்கள் இருந்திருக்கிறார்கள். அஞ்சு வண்ணத்தைப் பற்றி எந்த ஆய்வுகளும் விரிவாக நடக்கவில்லை. கல்வெட்டுகளிலே வருகிற குறிப்புகளைத் தவிர முழுமையான செய்திகள் ஏதும் இல்லை. கேரளத்திலே தேடிப் பார்த்தால் இருக்கும். ஏனென்றால், எட்டாம் நூற்றாண்டைச் சார்ந்த கோட்டயம் செப்பேடு, பாஸ்கர ரவிவர்மனுடைய கோட்டயம் செப்பேடு, அதிலே 'யூசுப்பு ராப்பனுக்கு அஞ்சு வண்ணமும் மணிக்கிராமப்பேரும் கொடுத்தோம்'னு அரசன் எழுதியிருக்கிறான். எனவே, கேரளத்திலே தேடினால் கிடைக்கும் என்று நான் நம்புகிறேன்.

தமிழக அளவிலே கல்வெட்டு ஆய்வுகள், அகழாய்வுகள் எந்த அளவிலே உள்ளது?

இந்தியாவிலேயே அதிகளவு கல்வெட்டுகள் உள்ள மாநிலம் தமிழ்நாடுதான். அதிகாரப்பூர்வமற்ற அளவீட்டின்படி இங்கு ஒரு லட்சம் கல்வெட்டுகள் உள்ளன. அதிலே ஐம்பதாயிரம்தான் பார்க்கப்பட்டிருக்கின்றன. இருபத்தைந்தாயிரம்தான் அச்சிடப்

பட்டிருக்கின்றன. இந்த ஐயாயிரத்தை வைத்துக்கொண்டுதான் நாம் வரலாறெல்லாம் எழுதுகிறோம். இன்னும் அறியப்படாத கல்வெட்டுகள் நிறைய இருக்கின்றன. 'தமிழ்நாடு தொல்லியல் ஆய்வுக்கழகம்' என்ற ஒரு அமைப்பு ஆண்டுதோறும் 'ஆவணம்' என்ற இதழை வெளியிடுகிறது. ஒவ்வொரு ஆவணம் இதழிலும் வெளிவராத கல்வெட்டுகளை எல்லாம் தொகுத்துப் போடுகிறார்கள். அது ஒன்றுதான் அந்த இதழின் பணி. நிறைய கல்வெட்டுகள் இன்னமும் இருக்கின்றது. அந்தக் கல்வெட்டுகளின் மூலம் வரலாற்றை மீட்டுருவாக்கம் பண்ண வேண்டும். கோசாம்பிதான் சொன்னார். 'இந்திய வரலாற்றை எழுதுவது என்பது அல்ல, இந்திய வரலாற்றைத் திருத்தி எழுதுவதுதான் நம் முன்னாலே இருக்கின்ற பணி' என்றார். The Cultural and Civilisation of Ancient of Historical Outline என்ற நூலின் முன்னுரையிலே கோசாம்பி இதுகுறித்து விரிவாகக் கூறியுள்ளார்.

அந்த வகையிலே இந்தக் கல்வெட்டுகள் முழுக்கப் படிக்கப்பட்டு, பொதுவெளிக்குக் கொண்டுவர வேண்டிய தேவை உள்ளது. அதைவிட பெரிய கொடுமை மத்திய அரசாங்கத்தின் கல்வெட்டுத் துறை அதை மக்கள் வாங்குகிற விலையிலே பதிப்பிப்பதுமில்லை. அவர்கள் பதிப்பிப்பதற்கே சுமார் 30, 40 ஆண்டுகள் ஆகும். மக்கள் மத்தியிலே வருவதற்கு இன்னமும் 30 ஆண்டுகளாகும். அதனுடைய விலையும் சாதாரண மக்கள் வாங்குகிற விலையில் இல்லை. கல்வெட்டு பற்றிய அறிவு சாதாரண இந்தியனுக்கு இருக்கக் கூடாது என்பதில் அவர்கள் தெளிவாக இருக்கிறார்கள். அதன் தலைமையிடம் தமிழ் நாட்டிலே இல்லை. ஊட்டியில் இருந்ததை மைசூருக்குக் கொண்டு போய்விட்டார்கள்.

குகை ஓவியங்கள் குறித்து...?

குகை ஓவியங்கள் தமிழ்நாட்டிலே நிறைய இருக்கு. சென்னைப் பக்கத்துல குடியம்னு ஒரு இடத்துல Fossills நிறைய இருக்கு. அளவுல பெரிய குகை குடியம். அதேபோல சிறுமலைல ஒண்ணு இருந்துச்சு. நீலகிரி மலைல குணவக்கரை, கோர்பன், செத்தவரை என்று மூன்று இடத்துல குகை ஓவியங்களக் கண்டுபிடிச்சு இருக்காங்க. அதைப்பத்தி ஒரு டாக்குமென்டரி பார்த்தேன். 10 பேர் கொண்ட குழு அமைச்சி ருந்தாங்க. என்னையும் போட்டுருந்தாங்க.

எல்லாமே குறைஞ்சது 1000 அடி இருக்கும். என்னோட ஜூனியர் ஸ்டீபன அனுப்புனேன். Folklore தெரிஞ்ச ஆளா இருக்கணும்னார்.

அவரு Folklore Expert அவரு போய்ட்டு வந்தாரு. Funding Agency இருந்தா நம்மட்ட Potential இருக்குங்க. நிறைய ஆய்வுகள் நடத்தல. அதான் பிரச்சனை. ஐவர் மலையில பிராமிக் கல்வெட்டு இருக்கு.

ஒற்றைப் பண்பாடாகத்தான் இந்தியப் பண்பாட்டைப் பற்றிய ஆய்வுகள் வருது. திராவிடப் பண்பாடு அல்லது நாகரிகத்துக்கான தகவல்களை எந்தக் கல்வெட்டுத் தரவுகள் மூலமாக நாம் அறிய முடிகிறது?

ஒற்றைப் பண்பாடு என்கிற வலிமையான கருத்தாக்கம் 21ஆம் நூற்றாண்டிலேதான் வந்திருக்கிறது. ஆனால், கல்வெட்டுகளும், செப்பேடுகளும் பெரும்பாலும் அவைகள் ஒரு போக்குடையனவாக இருக்கின்றன. ஆனால், அவைகள் உணர்த்துகிற பண்பாடு வேறு வகையாக இருக்கிறது. இந்தப் பண்பாடு ஆரியம் அல்லாத பண்பாடு என்பதிலே நாம் தெளிவாக இருக்கிறோம்.

அந்தக் கல்வெட்டை எழுதியவர்களும் தெளிவாக இருக் கிறார்கள். ஏனென்றால் கிரந்தப் பகுதி ஒன்று இருந்தால் அதற்குப் பிறகு கீழே தமிழ்ப்பகுதி ஒன்று எல்லாக் கல்வெட்டுகளிலும் விரிவாக இருக்கு. கிரந்தம் என்பது வடமொழியை எழுதுவதற்குத் தமிழர்கள் கண்டுபிடித்த எழுத்துமுறை. எனவே, மக்களின் மொழியிலே அவர்கள் எழுதினார்கள். இரண்டு அடியிலே வடமொழியிலே சுலோகம் ஒன்று புகழ்ச்சிப் பாடல் இராஜராஜ சோழனுடையது. அடுத்த அடியிலே தமிழிலே, தமிழிலேயே தொடங்கி விடுகிறான். தமிழ்க் கல்வெட்டுகள் தெளிவாக யாரும் புரிந்துகொள்ளக் கூடிய வகையில், இன்றளவும் புரிந்துகொள்ளக் கூடிய வகையில் இருக் கின்றன. அவைகள் உணர்த்தக்கூடிய செய்திகள் ஆரியம் அல்லாத ஒரு பண்பாடு. ஆரியம் அல்லாதது என்று சொன்னாலேயே அது இந்துத்துவத்திற்கு மாற்றானது என்று அர்த்தமாகிறது. அதைப் பற்றித்தான் நிறையப் பேசியிருக்கிறார்கள். எழுதியிருக்கிறார்கள்.

அந்த வகையிலே ஆதிச்சநல்லூர் குறித்து எப்படிப் பார்ப்பது?

ஆதிச்சநல்லூர் 150 ஏக்கர் பரப்பளவுள்ள ஒரு நிலப்பகுதியை அரசு கையகப்படுத்தி வைத்திருக்கிறது. அதில் 35 சென்ட் வரைக்கும் தான் ஆய்வுக்கு உட்படுத்தப்பட்டிருக்கு. அதுவும் 1905 இல் அகழாய்வுக் குழிகளை அலெக்சாண்டர் ரீ மூடிவிட்டுப் போன பிறகு 2005இல்தான் மறுபடியும் தொடங்கினார்கள். இப்பொழுதும்

35 சென்ட் மட்டும்தான் ஆய்வு பண்ணாங்க. இன்னும் சரிபாதியாக இருக்கிற வடபகுதிமேடு தொடப்படவே இல்லை. அதுதான் தாமிர பரணி ஆற்றங்கரையிலே இருக்கிறது. ஆற்றங்கரைக்கு அடுத்தாற் போல திருச்செந்தூர் செல்லும் சாலை. சாலைக்குத் தெற்கேயும் அந்த மேடு பரந்திருக்கிறது. தென்பகுதியிலேதான் இதுவரைக்கும் அகழாய்வு பண்ணியிருக்காங்க. 2005இல் சத்தியமூர்த்தி தலைமை யிலே பண்ணின அகழாய்வுல நமக்குக் கிடைச்ச ஒரே பெரிய விசயம் காலத்தைத் தெர்மோலூமிஸன்ஸ் ஆய்வுகள், C14 ஆய்வு கள் மூலமாக கி.மு. எட்டாம் நூற்றாண்டு வரை கொண்டு போய் இருக்கிறார்கள் என்பதுதான். அவர்கள் கண்டுபிடிப்பிலே இன் னொன்று அதற்கு முன்னாலேயே இங்கு தங்கமெடுத்து இருக் கிறார்கள் என்ற செய்தியைச் சொல்லியிருக்கிறார்கள். ஆனால், ஆதிச்சநல்லூரிலேயே நம்முடைய பெரிய சோகம் என்னவென்றால் அங்கு எழுத்தும் கிடைக்கவில்லை. வெள்ளிப் பொருட்களும் கிடைக்கவில்லை.

சல்லிக்கட்டுக்கான தடை குறித்து நீங்கள் எப்படிப் பார்க்கிறீர்கள்?

தமிழ் அடையாளத்தை அழிக்கணும்கற முயற்சியிலதான் மஞ்சு விரட்டுக்கான தடை. எவ்வளவோ போராடுனாரு மதுரை மாவட்ட ஆட்சியரா இருந்த உதயச்சந்திரன். என்னிடம் திரும்பத் திரும்பக் கேட்டாரு. ஸ்பெயின்ல என்ன பண்ணுவாங்க?

‘மாடு அடக்குதல்’னு சொல்றதே தப்பு. ‘மாடு அணைதல்’னு அவன் சொல்லுவான். அணைஞ்சுகிட்டு மாடு கூட முப்பது அடி போனாலே போதும். கொம்ப புடிச்சு அடக்கி எம்.ஜி.ஆர் மாதிரி யெல்லாம் செய்ய வேண்டாம். மாட்டோடு திமிலைப் பிடிச்சுக்கிட்டு முப்பது அடி போனாலே அவன் ஜெயிச்சுட்டான். ‘மாடு அணைதல்’ தான். அடக்குதல் இல்ல. இது தமிழனோட வீர விளையாட்டுகள்ல ஒண்ணு, ஒவ்வொரு சமூகத்துக்கும் இதுபோல இருக்கு. இதைத் தடை பண்ணனும்கிறது தமிழ் அடையாளம் ஒன்றை அழிக்கிற முயற்சிதான்.

சல்லிக்கட்டுக்கு நேர்ந்துவிட்ட மாடு, ஊர்ல எந்த வயக்காட்டுல கதிரத் தின்னாலும் ஊர்க்காரன் ஒண்ணும் சொல்லமாட்டான். ஊர்க்காரன்ல புகார் பண்ணனும், சல்லிக்கட்டு வேணாம்னு. சல்லிக்கட்டு காளைகளால் ஆபத்து இருக்குன்னு எந்த ஊர்க் காரனாவது புகார் பண்ணியிருக்கானா? இல்லையே. ஊர்ல ஒத்துக் கிட்டுதான் காளை வளர்க்குறாங்க.

மஞ்சு விரட்டு குறித்து?

ஊர் கண்மாய்க்குள்ள வச்சு மாட்ட அவுத்துவிட்டுருவான். பின்னாடி விரட்டிப் போவான். அதுல மாட்ட அவுத்து விரட்டி விட்டுருவான். 'மைந்து விரட்டு'தான் மஞ்சு விரட்டு ஆயிருச்சு. மைந்துன்னா 'வீரம்'னு அர்த்தம். சல்லிக்கட்டு ஒரு வாடிவாசல்ல அடைச்சு அதற்குள்ளே அணைவது.

சல்லிக்கட்டிற்கான மாட்டை வளர்ப்பு உயிரினமாக (Domestic Animal) *எப்படிச் சொல்வது?*

ஏன்னா முதல்நாள் வரைக்கும் அது எந்த வீட்ல வளருதோ அந்த வீட்ல இருக்கிற சின்னப்புள்ள அதுட்ட விளையாடும். குளத்துல கூட்டிட்டு போய்க் குளிப்பாட்டும். அது என்ன சிங்கம், புலியா? சிங்கம் புலிதான் காட்டு உயிரினங்கள் (Wild Animal).

கோயில்ல யானை வளர்ப்பது?

எந்தக் கோயில்ல, தனிநபர் யானை வளர்த்தாலும் அதனோட வயித்துக்குப் போதுமான உணவைக் கொடுக்க முடியல. வேலை ஏவுறாங்க. ஒரு காட்டு உயிரினத்தில் பேருயிரை, வளர்ப்பாகப் (Domasticate) *பண்ண முயல்றாங்களே தவிர, அத ஆரோக்கியமா* (Healthy) *வைக்க உதவல. ஒரு யானை 150 வயசு இருக்குங்குறாங்க. எந்தக் கோயில் யானையும் 150 வயசு இருந்ததில்ல.*

குருவாயூர்க் கேசவனே எண்பது வயசு வரைக்கும்தாம் இருந்துச்சு. நல்ல உணவு கொடுக்கப்பட்ட யானையை அதன் வாழ் விடத்தில் (Wildlife) *இருந்து பிரிச்சாலே சிக்கலாயிரும். சிறை வாழ்க்கை. ஏன் கஷ்டம்? மந்தை உணர்ச்சி உடைய ஒரு உயிரினத்தை மந்தையி லிருந்து பிரிச்சாக் கஷ்டந்தானே. யானையும் மந்தை உணர்ச்சி நிறைய உடைய உயிரினம். அதைப் பிரிச்சுத் தனியா கொண்டுவந்து தனிமைச் சிறையிலே வைச்சுருக்காங்க.*

இன்று தமிழகம் முழுக்க வரவேற்பிற்கும் நல்ல காரியங்களுக்கும் வீட்டு வாசல், கோயில், மண்டப வாசல்களில் போடப்படும் கோலம் எந்தக் காலகட்டத்தில் தோன்றியது? அதற்கான காரணம் என்ன?

கோலம் என்பது, புள்ளிகளாலும் வளைகோடுகளாலும் ஆன ஒரு கலை. இது வரலாற்றுக்கு முற்பட்ட காலத்திலிருந்தே அதாவது தனிமனிதனின் அழகுணர்ச்சி தோன்றிய காலத்திலிருந்தே இந்தக் கலை வந்திருக்கு. தமிழர்களுக்கு ஒரு நம்பிக்கை உண்டு. தெய்வங்கள் பூமிக்கு வரும். வந்தால் அந்தத் தெய்வங்களின் கால்கள் தரையிலே

பாவாது. எனவேதான் கீழே பூ வைப்பாங்க. தாமரைப்பூ வைப்பர்.

'மலர்மிசை ஏகினான்' அப்படிம்பாரு வள்ளுவர். குத்துவிளக்கு தரையில் வைப்பதற்குப் பதிலாகப் பலகையில் வைக்கிறார்கள். குத்து விளக்கு தெய்வத்தினுடைய அடையாளம். தெய்வங்கள் கால் பதிப்பதற்காகப் போடப்படும் ஆசனங்கள்தான் கோலம். மண்ணுல அதைத்தான் போட்டார்கள். வீட்டிற்கு வரும் தெய்வம் அதிலேதான் கால் பதித்து வீட்டுக்குள்ள வருகிறது. இன்றைய வரைக்கும் கலை யின் அடிப்படையான அம்சம் இந்தப் புள்ளிகளும் வளைகோடுகளும். Dot Matrix இல்தான் வந்து நிற்கிறது.

இன்றைய தமிழகத்தில் திருமண நிகழ்வில் முக்கிய இடம் பிடிப்பது தாலி என்றழைக்கப்படும் மஞ்சள் கயிறுதான். இது எந்தக் கால கட்டத்தில் இருந்து துவங்கியது. பண்டைய தமிழ்ச் சமூகத்தில் தாலி அணிவிக்கும் பழக்கம் தமிழர்களிடம் இருந்துள்ளதா?

தாலி ஒரு புராதன அடையாளச் சின்னம். இந்தப் பெண் மணமாகி இன்னொருவனுக்கு உரிமையாகிவிட்டாள் என்பதை அடையாளப்படுத்தும் வகையிலிருக்கிறது. என்னுடைய கருத்துப்படி தாலி கழுத்திலே அணிவது அதற்கு முன்னாலே கையிலே அணிகிற வளையல்கள்தான் தாலியினுடைய இடத்தைப் பெற்றிருக்கின்றன. வளையல் மங்கலச் சின்னமாகக் கருதப்பட்டிருக்கு. சிலப்பதி காரத்திலேகூட...

கொற்றவை வாயிற் பொற்றொடி தகர்த்துக்
கீழ்த்திசை வாயிற் கணவனோடு புகுந்தேன்
மேற்றிசை வாயில் வறியேன் பெயர்கென

(சிலம்புக் காதை:181)

மேற்கு வாசல் வழியாகக் கோவலன் இறந்த பிறகு மதுரையை விட்டு வெளியேறுகிறாள்.

வளையல் எல்லாப் பழங்குடி மக்களிடத்திலும் இருக்கு. ஹரப்பா நாகரிகத்திலே நிறைய வளையல்களை அடுக்கிய சிலை கிடைச்சுருக்கு. வளையல்தான் பழைய மங்கலச் சின்னம். அதுபோல பின்னாலே கழுத்திலே கட்டுகிற தாலி என்ற ஒன்று வந்தபோது அதை மானுடவியல் நோக்கிலே பார்க்க வேண்டியிருக்கிறது. அப்படி அணுகி சென்னை அருங்காட்சியகத்திலே இருந்து ஒரு புத்தகம் வெளியிட்டிருக்கிறார்கள். Thalli signs of South indiaன்னு ஒரு புத்தகம் வெளியிட்டிருக்கிறார்கள். ஒவ்வொரு தாலியினுடைய

வடிவமும் அந்த இனக்குழுவினுடைய வரலாற்று எச்சப்பாடாகத் திகழ்கிறது என்பதுதான்.

தொல் தமிழ்ச் சடங்குகள்ல விளக்கேற்றுவதற்கான அடிப்படைக் காரணம் என்ன?

'தமிழ்நாட்டு திருவிளக்கு'ன்னே ஒரு புத்தகம் எழுதியிருக்காரு ஆ. ராகவன். திருவிளக்குத் திருவிழா அப்படின்னு ஒரு கட்டுரை எழுதியிருக்கேன்.

சமீபத்தில் இந்துத்துவவாதிகள் ஒரு தொலைக்காட்சி நிகழ்ச்சியில் தாலி குறித்துப் பேசக்கூடாது என்று சொல்லும்போது, தாலியை எப்படிப் பார்ப்பது?

புனிதம் என்பதே ஆதிக்கப் பிரிவுகள் தங்களுடைய அடையாளத்துக்காக, தங்களுடைய பிழைப்புக்காக ஏற்படுத்திக் கொண்டது தான். எது புனிதமில்லை? பசுவின் கழிவுகூட இந்த நாட்டிலே புனிதம்தான். அவர்களுக்குப் பெரியாரைப் பிடிக்காத ஒரே காரணம் இதுதான். ஒரே காரணம் மட்டுமல்ல. பல காரணங்களுள் இதுவும் ஒன்று.

இந்தியாவிலேயே தாலியை நிராகரித்த ஒரே சிந்தனையாளர் பெரியார்தான். அதைக் கேலி செய்தார். ஒன்றிரண்டு திருமணங் களிலே பெண் ஆணுக்குத் தாலி கட்டுவதாக நடத்திக் காட்டினார். தாலி நிராகரிப்புக்கான தைரியம் பெரியாருக்குத்தான் இருந்தது. அதுதான் இவர்களுக்கு அவரைப் பிடிக்காமல் போனதற்கான காரணங்களிலே ஒன்று. தாலியை எந்தச் சீர்திருத்தவாதியும் எதிர்க்க வில்லை. இராஜாராம் மோகன்ராய் உட்பட யாரும் நிராகரிக்க வில்லை. பெரியார் ஒருத்தர்தான் தாலியை நிராகரித்தார்.

கடவுளை வணங்குவதற்கு அடையாளமான திருநீறு, பெண்களின் குங்குமம் போன்ற குறியீடுகள் எதன் அடிப்படையில் உருவானது? இவற்றுக்கான வரலாற்றுப் பின்புலம் என்ன? தொல் தமிழர்கள் கடவுளை வணங்குவதற்கு ஏதேனும் குறியீடுகளைப் பயன்படுத்தி யுள்ளார்களா?

ஆண்களுக்குத் திருநீறும், பெண்களுக்குக் குங்குமமும் என்பதே நவீன ஊடகங்கள் கற்பித்த விசயம்தான். திருநீறு எப்படிப் புனிதமாச்சு? என்பதைப் பற்றி ஹில்பர்ட்ஸ் ரைட்டர் தன்னுடைய புத்தகத்திலே எழுதியுள்ளார். வேறெதும் கொடுக்க முடியாதபோது சிவன் கோயில்களிலும், இரத்தப்பலி கேட்கும் நாட்டார் தெய்வக்

கோயில்களிலும் திருநீறு கொடுக்குறாங்க. பழங்குடி மக்களுக்கும் புனிதம் உண்டு. இன்றைய அரசியல்வாதிகளுக்கு மட்டும் புனிதம் இல்லையா? எல்லோருக்கும் தங்கள் கட்சிக் கொடி புனிதமானது தானே? எதிர்க்கட்சிக்காரன் அதை எரித்தாலோ அல்லது மிதித் தாலோ கோவம் வருது இல்லையா? புனிதம் என்பது கற்பிக்கப்பட்ட ஒன்றுதான். புனிதம் சிலருடைய பிழைப்பு.

தமிழ்ச் சமூக வரலாற்றில் புலால் உணவின் விலக்கு எதன் அடிப் படையில் உருவானது? இன்று தாழ்த்தப்பட்ட, பிற்படுத்தப்பட்ட சாதிகளின் முக்கிய உணவாக இருக்கும் மாட்டுக்கறியின் உருவாக்கம் குறித்து? சமூகத்தில் மாட்டுக்கறியை அருவருக்கத்தக்கதாகப் பார்க்கப் படும் உளவியல் எதன் அடிப்படையில் உருவானது?

சங்கோசப்பட்டு மறைவிடங்கள்ல சாப்பிடுவது சமூக இயல்பு. ஏன்னா பெருவாரியான மக்கள் விலக்குன உணவைச் சாப்பிடும் போது அவங்க சங்கோசப்படுவது இயற்கை. ஆனா, பழைய தமிழகத் துலே மாட்டுக்கறி சாப்பிட்டுருக்காங்க. பாசுபதர்கள் கூட மாட்டுக் கறி சாப்பிட்டுருக்காங்க. பாசுபதர்கள்னா பாசுபத சைவர்கள். சங்க இலக்கியத்துல, கொழுத்த மாட்டுக்கறிய சாப்பிட்டத பத்தி குறிப்பு இருக்கு. மாட்டுக்கறி சாப்பிடுறது ஒரு வழக்கம். பெருவாரியான மக்கள் அதுலயிருந்து விலகிட்டாங்கிறதுக்காக அதைத் தடை பண்றது தப்பு. உணவுங்கிறதே நம்பிக்கை சார்ந்த விசயம். தடை பண்ண முடியாது. உயிர்ப்பலி தடைச்சட்டம் கொண்டுவந்தபோது எங்கள் மாதிரியான ஆட்கள் சொன்னோம். நாட்டார் வழக்காற்றி யல்ல இது ஒப்பேறாது. இது வெற்றிபெற முடியாதுன்னு சொன் னோம். அது தோத்துப் போச்சுல்ல. ஒரு ஆண்டுகாலம் கூட அந்தச் சட்டத்த நடைமுறைப்படுத்த முடியலியே. அந்த மாதிரிதான்.

உயிர்ப்பலி தடைச் சட்டத்தை இராமகோபாலன் ஆதரித்ததுபோல, வீரமணியும் ஆதரித்தாரே இதை எவ்வாறு காண்பது?

பரிக்ஷா ஞாநி சேவியர் கல்லூரில இதுபற்றி ஒரு விவாதம் நடத்தினார். நான், பேராசிரியர் லூர்து, பேராசிரியர் சிவசுப்ரமணி யன்னு நாங்க அவரை Counter பண்ணோம். இராமகோபாலன் எதிர்த்ததற்கும், வீரமணி எதிர்க்கிறதுக்கும் வேறு வேறு காரணங்கள் இருக்கு. வீரமணி விவரமில்லாம எதிர்க்கிறாரு. பலி, மூடத்தனம்னு சொன்னா, பிரேயருக்கே திருப்பலின்னு பேரு கிறித்துவ மரபுல எதிர்க்க முடியுமா? வீரமணியால் முடியாது. நம்பிக்கை சார்ந்த விசயங்க.

மூடநம்பிக்கைக்கும், நம்பிக்கைக்கும் என்ன வித்தியாசம்?

மூடநம்பிக்கைன்னு பேசுன பரிக்ஷா ஞாநி எனக்கு Folklore தெரியாது. நீங்க சொல்லுங்கன்னார். நம்பிக்கைக்கும் மூடநம்பிக்கைக்கும் இடையில என்ன இருக்குன்னு கேட்டா அதிகாரம் இருக்கு. நுண் அதிகாரம் இருக்கு இல்லையா, பாலைக் கல்லுமேல இருக்க சிலை மேல கொட்டுறது மூடநம்பிக்கை கிடையாது. அது நம்பிக்கை. கொட்டுனா கடவுள் சொர்க்கம் தருவார்னு நம்புறது மூடநம்பிக்கை. இந்த இரண்டுக்கும் இடையில என்ன வருதுன்னா பூசாரி, குரு மறைமுக நுண் அதிகாரம் வருது. இதான் வித்தியாசம். இதப் புரிஞ்சுக்க முடியாமத்தான் வீரமணி இத ஆதரிச்சுட்டாரு. பெரியார் இருந்தா அதச் சொல்லியிருக்க மாட்டாரு. எல்லாக் கோயிலையும் திறந்துவிடு, அப்புறமா நான் ஆதரிக்கிறேன்பாரு.

தமிழ் ஆண்டு குறித்த சர்ச்சை தொடர்ந்து நிலவுவது. 'தை'ன்னு சொல்றாங்க. 'சித்திரை'ன்னு சொல்றாங்க. அது குறித்தான தங்களுடைய பார்வை.

என் கருத்து வந்து தைப்பூசம்தான் தமிழ் ஆண்டின் தொடக்க நாள். அதப்பத்தி எழுதியிருக்கேன். தைப்பூசம் பௌர்ணமி நாள். அதுதான் தமிழர்களுடைய ஆண்டுத் தொடக்கம். தை ஒண்ணாந் தேதி இல்ல. தை ஒண்ணாந்தேதிக்கும், தைப்பூசத்துக்கும் இடையில் இருபது நாள்கிட்ட வித்தியாசம் வரும். இந்த வித்தியாசம் என்னான்னா அயன, விசு காலங்கள கணிக்கிறதுல நாம தப்பிட்டோம்னு சொல்லி ஒரே ஒரு ஆள் எழுதியிருக்கார். கவிஞர் பாரதியார்தான் அவர்.

அதனால நம்ம திருவிழாக்கள் எல்லாம் மாறி மாறி வருது. தமிழர்கள், திராவிடர்கள் எல்லோருமே லூனார் சிஸ்டத்துக்காரங்க. ஆரியர் சோலார் சிஸ்டம் அதாவது சூரிய காலண்டர். இப்ப நாம ரெண்டும் இல்லாம லூமி சோலாரா இருக்கோம். இன்னைக்கு இதெல்லாம் சோலார் சிஸ்டத்துக்கு வந்துட்டாலும் கூடப் பிள்ளைக்கு முதல் பிறந்தநாள் கணிக்கிறபோது நட்சத்திரம் பார்த்துத்தான் கழிக்கிறோம். நட்சத்திரத்தைப் பேராக வைத்திருப்பதைப் பார்க்கலாம். மூலத் திருநாள், சித்திரைத் திருநாள், சுவாதித் திருநாள்னு சேர்த்துப் பேர வச்சுகிறாங்க. நான் என்னோட கருத்த சோதிடம் தெரிந்தவர்களிடம், வானசாஸ்திரம் தெரிந்தவர்களிடம் கேட்டு உறுதிப்படுத்தி வைத்திருக்கிறேன். எல்லா மாதங்களும் பௌர்ணமில தான் தொடங்கும். தை முதல் நாள் அல்ல, தைப்பூசம்தான் தமிழர்களுடைய ஆண்டின் தொடக்க நாள்.

தீபாவளி தமிழர்களுடைய பண்பாட்டில் எப்போது கலந்தது? நீங்கள் கார்த்திகையைத்தான் தமிழர்களின் தீபத் திருநாள் என்கிறீர்கள். தீபாவளி, பொங்கல் பண்டிகை இன்று வணிகச் சந்தையாக மாறி வருகிறது?

விஜயநகர ஆட்சிக் காலத்துலதான் வந்துச்சு. தெலுங்குப் பார்ப்பனர்கள் தமிழுக்குப் பண்ண கேடு ரொம்ப அதிகம். தீபாவளி அவர்கள் மூலமாகத்தான் தமிழ்நாட்டுக்குள் வந்துச்சு. தீபாவளி சமணர்களுடைய திருநாள். வர்த்தமான மகாவீரர் இறந்தநாள். குஜராத் மார்வாடிகளப் பார்த்தீங்கன்னா தீபாவளி அன்னைக்குத்தான் புதுக்கணக்கு போடுவாங்க. பார்ப்பனர்கள் தங்கள் எதிரி செத்ததைக் கொண்டாடுறான். பொங்கல் இயற்கைத் திருநாள். ஏசுவினுடைய மரணமும் ஈஸ்டரும் மூன்று நாள் கிட்ட வரும். ஈஸ்டர் யூதர் களுடைய அறுவடைத் திருநாள். ஒவ்வொரு சமூகத்துக்கும் அறுவடைத் திருநாள் இருக்கு. அறுவடைத் திருநாள்ன்றது உயிர்ப்பிப்பது. அதனாலதான் மூன்றாம் நாள்ல ஏசு உயிர்த்தெழுந்தார்ன்றதே அது ஈஸ்டர ஒட்டி வர்ற நாள்றதுனாலதான் அந்தக் கதையே வந்தது. பொங்கல் இயற்கையோடு சார்ந்தது. அது அறுவடைத் திருநாள்.

தமிழர்களின் சிறப்பான பண்பாடுகளில் ஒன்றாக விருந்தோம்பல் சுட்டிக் காட்டப்படுகிறது. ஆனால், தாழ்த்தப்பட்ட சமூகத்தை ஆண் டாண்டு காலமாக ஒதுக்கிவைக்கும் வழக்கம் எதன் அடிப்படையில் வந்தது? தமிழ்ச் சமூகத்திடம் உள்ள நல்ல, அரிய பண்புகள் தீண்டாமையால், சாதியப் படிநிலைகளால் கெடாதா?

விருந்தோம்பல் என்பது சகமனிதனை மதிக்கிற விசயந்தான். என் வீட்டுக்கு வர்ற எல்லோரும் பசியோட வரல. ஆனா சாப்பிட்டு போங்கன்னு சொல்றேன்.

எங்க வீட்ல எல்லாம் இப்ப, சமகாலத்துல என் சகோதரி வீட்லயும் சரி, எங்க வயலில் பண்ணை பார்க்கிற தலித் சகோதரர் களுக்கு நாங்க காப்பி குடிக்கிற டம்ளர்லேயே காபி கொடுக்கிறோம். மாறிட்டுது. இது மாதிரி எல்லா இடமும் மாறணும்தானே.

பெண்கள்தான் விவசாயத்தைக் கண்டுபிடித்ததாகக் கூறுவதை, சற்று விரிவாக விளக்குங்கள்?

அதுபற்றி தொல்லெச்சப் பதிவுகள் நிறைய இருக்கு. மீனாட்சி தான் விவசாயத்தைக் கண்டுபிடிச்சதா ஒரு பாட்டுப் பதிவு இருக்கு. 'உடைமையும் ஒழுக்கமும்'ன்னு ஒரு கட்டுரை எழுதியிருக்கேன் (பண் பாட்டு அசைவுகள்). என்ன பண்ணனும் அரசாங்கம், இலவச

வீட்டுப் பட்டாலாம் கொடுக்கும்போது பெண்களின் பெயருக்குத் தான் கொடுக்கணும், அப்படின்னா நல்லாருக்கும்.

நிலம் பொண்ணு பேருக்கு இருந்தா என்ன? ஆண் பேருக்கு இருந்தா என்ன? விவசாயமே கார்ப்பரேட் செக்டாருக்குள்ள போகும்போது நிலத்தை நம்ம பெண்களின் பெயருக்குக் கொடுத்தால் நம்ம பெண்களும் கார்ப்பரேட் செக்டாருக்கு அடிமையாகத்தான் போகணும். நமக்கு முன்னால இருக்கிற வேலையும், போராட்டமும் வேற. அத மொதல்ல முறியடிப்போம். உயிர்ப்பலி தடைச்சட்டம் வரும்போது பெரியார் எப்படி எதிர்கொண்டிருப்பார்? மொதல்ல உள்ள விடு. பிறகு அப்புறம் என்ன சாப்பிடலாம்னுருப்பார். கர்ப்பகிரகத்த போய்ப் பார்த்துட்டு வரட்டும்னு சொல்லியிருப்பார்.

பண்பாட்டாய்வுகளோட எதிர்காலம்?

மனித வாசிப்பு பெருகப் பெருக பண்பாட்டாய்வு தனியா வந்துரும். அதுக்காக Course நடத்த வேண்டாம். Degree நடத்த வேண்டாம். மனித வாசிப்பு அப்படிங்கிறதுதான் பண்பாட்டாய்வு. Every man was good read. வயசான ஆள்னா கட்டாயம் படிக்க வேண்டிய புத்தகம்.

✱

நற்றிணை பதிப்பகம் ❖ 33

புழங்கு பொருள் பண்பாடு

புழங்கு பொருள் பண்பாடு குறித்து...

வீட்டிலே இருக்கிற அஞ்சறைப்பெட்டி இருக்கிறதல்லவா? அதுகூட ஆய்வுப் பொருள்தான். நான் சொல்லுவேன். அடுக்களை யிலிருந்துதான் ஆய்வு தொடங்க வேண்டும். சில சாதியார் உலையிலே உப்பிட்டுச் சமைக்கிறார்கள். சில சாதியார் சோற்றைப் பரிமாறுகிறபோது இலையிலே வைக்கிறார்கள். வேறுபாடு எதற்கு? இங்கிருந்து ஆய்வைத் தொடங்க வேண்டும் என்று நான் சொல்லு வேன். சாதிய மேல் அடுக்கு கீழ் அடுக்கு என்பதிலே உள்ள ஒரு கொடுமையான நிகழ்வு. அந்த வட்டாரத்திலே உலையிலே உப்பிட்டுச் சோறாக்குபவர்கள் ஏதோ ஒரு காலத்திலே மேல் சாதியினராலே ஒடுக்கப்பட்டு இருக்கிறார்கள் என்பதுதான் அதற்குப் பொருள்

நம்முடைய வீட்டிலேயே இருக்கிற பழைய காலத்துப் பாத்திரங் கள்தான் புழங்கு பொருள் பண்பாடு. தயிர் கடையும் மத்து. மோர் கடையும் மத்து. நல்ல ஆராய்ச்சி என்பது நம்முடைய வீட்டிலிருந்து, சமையலறையிலிருந்து தொடங்கப்பட வேண்டும். ஆராய்ச்சி என்பது வெளியிலே நூலக இடுக்கிலே, புத்தகங்களிலிருந்து தொடங்குவது அல்ல. நம்முடைய வீட்டிலிருந்து தொடங்குவது. மானுடவியல் படித்தவர்களுக்குத் தெரியும். மனித உடம்பிலிருந்துதான் மனிதன் நிறைய விசயங்களைக் கற்றுக்கொண்டான். மனித உடம்பிற்கும் மொழிக்கும் கூடத் தொடர்பு உண்டு.

பண்பாட்டாய்வுகளை வீட்டின் சமையலறையிலிருந்து தொடங்கணும் என்கிறீர்கள். இதுபோன்ற ஆய்வுகள் தமிழில் வந்து இருக்கா?

இந்த மாதிரி ஆய்வுகள் தமிழ்ல இப்பத்தான் தொடங்குது. 'காடு' மாதிரியான ஒரு இதழை இப்பத்தான் நீங்க தொடங்குறீங்க. இதுதான் தொடக்கம். இதுவும்கூட 80க்குப் பிறகுதான்.

சர்வதேச அளவில் புழங்கு பொருள் பண்பாட்டு ஆய்வுகள் குறித்து...

நான் அந்தளவு எதுவும் வாசிக்கல. மலாய்நாத் பாஷூ, பிரேந்திரநாத் பாஷூ என இரண்டு வங்காளிகள் இங்க ஆய்வு பண்ணியிருக்காங்க. Introduction to anthropology ஒரு சின்னப்புத்தகம் ரொம்ப நல்ல புத்தகம். நெசவைப் பத்திப் பேசுவார்கள். Textile industry older than man பனங்சில்லாட இவைகளை வைத்துக்கொண்டு பேசுவாங்க. எனவே இந்தியாவுல இப்பத்தான் தொடங்குது. தமிழகத்திலே ரொம்ப லேட்டாத்தான் தொடங்குது. ஏன்னா இந்தியாவுல எல்லா அறிவு முயற்சிகளும் பெரும்பாலும் அங்க இருந்துதான் தொடங்குது.

✸

உணவு

தமிழருடைய உணவில் சுவையூட்டிகள் மணத்திற்காக...

எனக்கு உணவியல் பற்றி அதிகம் தெரியாது. தெரியாத விசயங்களைப் பேசாமலிருப்பதுதான் நாகரிகம்.

மிளகு பற்றி ஓரிடத்திலே சொல்லியிருக்கிறீர்கள்...

மிளகு பழைய பொருள். உணவுக்கு அப்பாலே அதைப்பற்றிப் பேசலாம். சுவையூட்டிகள் பற்றி என்னாலே பேச முடியாது.

உப்பு குறித்த நம்பிக்கைக்கான வரலாற்றுக் காரணம் என்ன?

உப்பு ஒரு புனிதப் பொருள். உறவின் தொடர்ச்சியைக் காட்டுவது என்பதாகும். நான் உப்பு பற்றி ஒரு கட்டுரை எழுதியிருக்கிறேன். புது வீடு கட்டி உள்ளே போகுறபோது அந்த வீட்டுக்கு உரிமையாளரான அந்தப் பெண் கையிலே உப்பு மரவையைக் கொண்டு போகிறாள். பழங்காலத்திலே தமிழகம் முழுவதற்கும் சந்தைப்படுத்தப் பட்ட ஒரு பொருள் உப்புதான். ஏன்னா அது கடலிலே மட்டும்தான் விளையும். அதற்கு முன்னாலே மிகப் பழைமையான காலத்திலே மனிதன் உப்பைப் பாறைகளிலே இருந்து எடுத்திருக்கிறான்.

அந்தத் தொழில்நுட்பம் எல்லாம் மறைந்துபோன பிறகு கடலிலே இருந்து உப்பெடுத்தான். இந்தக் கடலிலே இருந்த உப்பைக் கொண்டு விற்பதற்கான சாதிக்குச் சங்க இலக்கியத்திலேயே 'உமணர்' என்று பெயர் சொல்லப்பட்டிருக்கு. உமணர்கள் வண்டிகளிலே உப்பைக் கொண்டு சென்றார்கள். பின்னாலே 'உப்பு வாணிய முத்தூர்' என்றே ஒரு சாதிக்குப் பெயர்.

இன்றைக்கும் கூட நெல்லை மாவட்டத்தில் தாமிரபரணி கரையிலே உப்பு வாணியமுத்தூர் என்று ஒரு ஊர் இருக்கு. எல்லா சுவைகளுடைய பெயரும் உப்பு என்றுதான் முடியும். கரிப்பு, எரிப்பு,

இனிப்பு என அனைத்தும் உப்பு என்றே முடியும். எனவே, உப்பு என்ற சொல்லுக்கே சுவை என்று பெயர்.

அமாவாசை, பௌர்ணமி நாட்களில் 'புலால் விலக்கும்' பழக்கம் பெண்களிடம் இருக்கிறது. சில ஆண்களிடமும் இருக்கிறது. இது எதன் அடிப்படையில் தோன்றியது? வெள்ளி, செவ்வாய் புலால் விலக்குவது எதனால்?

சமணம், பௌத்தம் இங்கு மதமாக இருந்தது. அப்ப சமண, பௌத்தத் துறவிகள் பிச்சைக்கு வருவாங்க. பிச்சையைப் பெண்கள் இடவேண்டும் என்பதற்காக பிச்சைக்கு 'மாதுகரம்' என்று பெயர் வைத்தார்கள் வடமொழியிலே. அமாவாசை, பௌர்ணமியன்று கார் உவா, வெள்ளுவா நாள் என்பார்கள். இந்த நாளிலே பௌத்தத் துறவிகளெல்லாம் சேர்த்து சங்கக் கூட்டத்தை அந்த வட்டாரத்திலே ஓரிடத்திலே நடத்துவார்கள். பௌத்தர்கள் தினந்தோறும் பிச்சை யெடுப்பர். சமணத் துறவிகள் எட்டு நாட்களுக்கொரு முறை. பதினாறு நாட்களுக்கு ஒருமுறை பிச்சை எடுத்துச் சாப்பிடுவார்கள். அவர்கள் பிச்சைக்கு வருகிற நாட்களிலே அவர்களுக்குப் புலால் கொடுக்கக் கூடாது என்கிற அடிப்படையிலேதான். அவர்கள் வீட்டுப் புலாலை அவர்கள் உண்ணலாம்.

'கொன்றால் பாவம் தின்றால் தீரும்' பௌத்தருடையதுதான். பௌத்தர்கள் நிறைய மீன் உண்பார்கள். இன்றைக்கும் இலங்கையிலே இருக்கிற பௌத்தத் துறவிகள் தினந்தோறும் மீன் உண்பார்கள். கடையிலிருந்து வேலைக்காரர்கள் வாங்கிச் செல்லும்போது செத்த மீனா? என்று பார்த்து வாங்கிப் போவார்கள். உயிரோடு இருக்கிற மீனை வாங்கமாட்டான். ராகுல சாங்கிருத்தியாயன் இதை ஓரிடத்திலே எழுதியிருக்கிறார். அவர்களுக்கு புலால் கொடுக்கக் கூடாது என்பதற்காகத்தான் இந்த விரதமே. அமாவாசை, பௌர்ணமி விரதமெல்லாம் அவங்ககிட்ட இருந்து வந்ததுதான். சில பகுதிகளிலே நஞ்சை நிலங்கள் அதிகமுள்ள திருநெல்வேலி மாதிரிப் பகுதிகளிலே அமாவாசை, பௌர்ணமி அன்றைக்குப் பழைய சோற்றுப் பானையிலே கையை விடமாட்டார்கள். பிச்சைக்காரன் வந்தாலும் இன்னைக்கு அமாவாசை பழைய சோற்றுப் பானைக்குள் கைய விடமாட்டேன் என்பார்கள். வந்த துறவிகளுக்குப் பழைய சோறு போடுவதில்லை.

கீரை வகைகள் ஏழை மக்களுக்கானது என்ற வழக்கம் எப்போது தோன்றியது? விருந்தாளிகளுக்கு பாகற்காய், பயறு வகைகள், அகத்திக்கீரை போன்றவற்றை ஏன் சேர்ப்பதில்லை?

அது புராதன நம்பிக்கை. எல்லாச் சமூகத்திற்கும் உண்டு. பாகற்காய் கசப்பு என்பதினாலே, விருந்தாளிகளுக்குக் கசப்பு கொடுக்கக் கூடாது. கீரை என்பது, வறுமையினுடைய சின்னமாகக் கருதப்பட்டது. வேறு எந்தக் காய்கறியும் வாங்கப் பணமில்லாதபோது கீரையை உணவாகக் கொண்டார்கள். சங்க இலக்கியத்திலே ஒரு பதிவு இருக்கு.

> குப்பை வேளை உப்பிலி வெந்ததை
> மடவோர் காட்சி நாணிக் கடையடைத்து
> இரும்பேர் ஒக்கலோடு ஒருங்குடன் மிசையும்
> அழிபசி வருத்தம் வீடப்பொழிவுகள்
> தறுகண் பூட்கைத் தயங்குமணி மருங்கின்
> சிறுகண் யானையோடு பெருந்தேர் எய்தி
> யாமவன் நின்றும் வருதும்...."

இடைக்குழி நாட்டு நல்லூர் நத்தத்தனார்,
சிறுபாணாற்றுப்படை அடி (129–143)

என்று ஒரு செய்தி வருகிறது. வறுமை காரணமாகக் கீரையை உணவாக்கி உண்டார்கள். கீரை வறுமையின் சின்னம் என்பதனால் அதை விருந்தாளிக்குக் கொடுப்பதில்லை.

✺

ஆளுமைகள்

திராவிட நாகரிகத்தை சர்வதேச அளவிற்கு எடுத்துச் சென்றதில் தனிநாயகம் அடிகளுக்கு ஒரு பங்கிருக்கிறது. தனிநாயகம் அடிகள் பற்றிய தங்களுடைய பார்வை?

தனிநாயகம் அடிகள் யாழ்ப்பாணத்துத் தமிழர். கத்தோலிக்கத் துறவி என்பதனாலே பல நாடுகளுக்குச் செல்வதற்கு அவருக்கு வாய்ப்புக் கிடைத்தது. அவர் அண்ணாமலைப் பல்கலைக்கழகத்திலே படித்தவர். தமிழ் இயக்க உணர்வுகள் அரும்பி வளர்கிற காலத்திலே படித்தவர். எனவே இந்த உணர்வுகளோடு அவர் வெளிநாடுகளுக்குச் சென்றார். தொன்மையான தமிழ் மொழியை உலகெங்கும் கொண்டு சேர்க்கும் பொருட்டு விடாத முயற்சியோடு செயல்பட்டவர். அந்த வகையிலே அவர் நன்றிக்குரியவர். அவர் நெல்லை மாவட்டத் திலே வேலை செய்திருக்கிறார். தூத்துக்குடியிலும், திசையன்விளை யிலும் தமிழாசிரியராகப் பணிபுரிந்திருக்கிறார். அவரோட நூற்றாண்டு விழா சமீபத்தில் கொண்டாடப்பட்டது. நான் அந்த மலர்க்குழுவிலே இருந்தேன். தனி நாயகம் அடிகளைப் பற்றிய புத்தகம் இங்கே இருக்கு.

வானமாமலை அவர்களைப் பற்றிய உங்க மதிப்பீடு?

மார்க்சியம் என்பது புத்தகம் சார்ந்தது. புரியாத மொழியிலே பேசுறது என்பதைத் தாண்டி கள ஆய்வுக்குப் போனாரு. ஒரு மாணவர் கூட்டத்தை உருவாக்குனார். ஆ. சிவசுப்ரமணியன் போன்றவர்கள் அவருடைய மாணவர்கள். காத்திரமான பங்களிப்பு செய்தவர். ஆராய்ச்சி இதழ் மூலமாகத்தான் அவர் பங்களிப்பு. 5 ரூபாய் ஆராய்ச்சி இதழ் தொடங்குறபோது மணி அண்ணனிடம் சந்தா கேட்குறபோது நான்கூட இருந்தேன். இரண்டு தெரு தாண்டி பக்கத்திலேதான் குடியிருந்தார். அவர்தான் ஆய்வுக்கு உட் படாதுன்னு சொன்னவைகளை எல்லாம் ஆய்வுக்கு உட்படுத்தியவர்.

தமிழின் ஆய்வின் எல்லைகளை விரித்துக்காட்டிய மார்க்சிய அறிஞர்.

திருவள்ளுவரைத் தமிழர்களின் முக்கியமான ஆளுமையாகப் பார்க்கிறார்கள். ஆனால், வள்ளுவனின் கள்ளுண்ணாமை, புலாலுண் ணாமை, துறவி என மூன்றும் தமிழர்களிடம் தோற்றுப் போனதற்கான அடிப்படைக் காரணம் என்ன?

'தமிழ்த் தேசியம் உருவாக்கம்'னு ஒன்று 19ஆம் நூற்றாண்டிலே அரும்புகிறபோது அதற்குத் திருக்குறள் உதவி பண்ணுச்சு. தமிழ்த் தேசிய உருவாக்கத்திற்குத் திருக்குறளின் பங்கு குறித்து எழுதியிருக் கிறேன். அதுவரைக்கும் திருக்குறளுக்குப் பெரிய மரியாதை கொடுக்கல. திருக்குறளை எல்லோரும் கற்றுக்கொள்ளவில்லை.

திருக்குறளைப் படிச்சாங்க. பாதுகாத்தாங்க. திருவள்ளுவருக்கு இன்னைக்கு இருக்கிற பெயர், 133 அடிக்கு சிலை வைக்கிற எண்ண மெல்லாம் அப்ப இல்ல. காரணம் இந்த மூனுலயும் திருவள்ளுவர் தோத்துப் போயிட்டார். இன்னைக்கு வரைக்கும் தோத்துப் போயிட் டார். முப்பது திருக்குறள்தான் ஒத்துக்கொள்ளலாம்னு ஜி.டி.நாயுடு சொன்னார். பதினைந்துதான் ஒத்துக்கலாம்னுவாரு பெரியார்.

திருக்குறளைக் கடுமையான வார்த்தைகளால் விமர்சனம் செய்தவர் பெரியார். ஆனாலும் வள்ளுவரைப் பாராட்டுகிறோம். ஏன் தெரியுமா? அந்தக் காலத்திலேயே 'பிறப்பொக்கும் எல்லா உயிர்க்கும்'னு சொல்றதற்கு தைரியம் வேணுங்க. எல்லோரும் சொல்ல முடியாது. சொன்னார். சமண கோட்பாட்டின் நீதி. எல்லா உயிர்க்கும்னா ஆறறிவு, ஐந்தறிவு, நாலறிவு எறும்பு உயிரும், மனித உயிரும் வேறு வேறு அல்ல. எல்லா உயிர்களுக்கும் இருப்பதற்கான தகுதி இருக்கிறது.

திருக்குறள் சமணச் சார்புடைய நூல் என்று நீங்கள் சில இடங்களில் குறிப்பிட்டு உள்ளீர்கள். சைவ சித்தாந்தவாதிகள் முழுக்க முழுக்க சைவர் சார்புள்ள நூல்னு சொல்றாங்க...

சைவத்துக்கும் வள்ளுவருக்கும் உள்ள பெரிய உடன்பாடு புலால் உண்ணாமை. இன்னைக்கு சைவர்கள் புலால் உண்ணாமையைக் கைவிட்டுவிட்டார்கள். திருவள்ளுவரையும் சீக்கிரம் கைவிட்டு விடுவார்கள். மதத்தை அடையாளப்படுத்துவது உயிர், உடம்பு, உலகம். இதை ஒரு மதம் எப்படிப் பார்க்கிறது. இணைகாலங்கிற சைவக் கோட்பாடும் வள்ளுவருடைய கோட்பாடும் ஒன்றாக வரும். அதனால வள்ளுவரை சைவர்னு சொல்றாங்க. திருக்குறள், வள்ளுவர் மாதிரி ஒரு பேராளுமை. எங்க சைவந்தான்னு சொல்லிக்கிறது.

‘அமைச்சர் எனக்குச் சொந்தக்காரர்’ என்கிற மாதிரிதான் வள்ளுவர் சைவச் சார்புள்ளவர்னு சொல்றது.

திருக்குறள் சமணச் சார்புள்ள நூல் என்பதற்கான தீர்வு என்ன?

பௌத்தத்துக்கும், சமணத்துக்கும் உள்ள வித்தியாசம். பௌத்தம் செத்த மீனைச் சாப்பிடலாம்னுது. வள்ளுவர் சாப்பிடக் கூடாதுங் கறார்.

தினற்பொருட்டால் கொல்லாது உலகெனின் யாரும்
விலைப்பொருட்டால் ஊன்தருவார் இல்.

நீ ஆட அறுக்கல. ஞாயிற்றுக்கிழமை 10 மணிக்கு நீ கறி வாங்க வருவேன்றதுக்காகத்தான் அவன் 6 மணிக்கு ஆட அறுத்தான். கொல்லுவதும் தப்பு. தின்னுவதும் தப்பு. வள்ளுவரோட கோட்பாடு. சமணத்தின் உயிரான கோட்பாடே அதுதான்.

படை, குடி, கூழ் இதுல படைய முதல்ல சொல்றாரே வள்ளுவர்.

அரசு உருவாக்கக் காலத்தைச் சேர்ந்தவர் திருவள்ளுவர். எனவே அரச உருவாக்கச் சிந்தனையின் தாக்கம் வள்ளுவர்ட்ட இருந்துச்சு. நம்மைப் போன்ற அறிவுஜீவிகள் தேசம் என்றால் மக்கள் என்கிறோம். வள்ளுவர் படை இருந்தால்தான் அது நாடு அப்படிங்கறார். படை, குடி, கூழ் அப்படிம்பாரு. நாம இந்த வரிசை முறையை இப்ப ஒத்துக்கொள்ள மாட்டோம். படையைக் கடைசியாக் கொண்டு போறோம்.

✸

சித்தர் இலக்கியம்

சித்தர் இலக்கியத்தைக் 'கலகக்குரலாக' பார்க்கலாமா? சங்க இலக்கியத்தில் கடவுள் மறுப்பு நூல்கள் குறித்து...

அரசு அதிகாரம் சாராமல் மறுப்பு நூல்கள் வந்துட்டே இருக்கும். இந்தப் பிறவியில் செய்தது அடுத்த பிறவியில சொர்க்கத்துல உனக்கு புண்ணியமாப் போகும்ன்றது ஒரு கருத்தோட்டம். இது சுத்தமான வைதீக ஆரிய கருத்தோட்டம்.

இம்மைச் செய்தது மறுமைக்கு ஆம்
எனும்அற விலை வணிகன் ஆஅய்
அல்லன்;
பிறரும் சான்றோர் சென்ற நெறி என,
ஆங்குப் பட்டன்று, அவன் கைவண்மையே.

எனச் சங்க இலக்கியத்திலே ஒரு மறுப்பு இருக்கு. இந்த மாதிரி கருத்துகள் வந்துட்டேதான் இருக்கும். சித்தர்கள் தமிழ்நாட்டில் உதிரி உதிரியாகப் போனார்கள். அவங்க நிறுவன எதிர்ப்பாளர்கள் (Anti Establishment). ஆனா கர்நாடகத்துல அவங்களே ஒரு Establish mentஆகி, அப்புறம் பசுவேசர் வீரசைவம் அங்கேயிருந்துதான் வருது. தமிழ்நாட்ல அப்படி இல்ல. தமிழ்நாட்ல அவங்க Anti Establishment. செண்பகா பதிப்பகத்தோட சித்தர் பாடல்களுக்கு ஒரு முன்னுரை எழுதியிருக்கிறேன். படிச்சுப் பாருங்க.

சித்தர் காலத்தை எப்படி வரையறை செய்வது?

13ஆம் நூற்றாண்டுல இருந்துதான் வரையறுக்க முடியும். 13 ஆம் நூற்றாண்டுக்கு முன்னாலேயே சித்தர் பாடல்களுக்கான வேர் இங்கே இருக்கு. இஸ்லாமியப் படையெடுப்பை ஒட்டி நிறைய சூஃபி ஞானிகள் கூட வர்றாங்க. தமிழ்நாட்ல இஸ்லாம் வாளோடு பரவல. சூஃபி பிரச்சாரம் மூலமாத்தான் இஸ்லாம் பரவியது.

இஸ்லாமிய படையெடுப்பால் சித்தர் மரபு முற்றாக அழிக்கப்பட்டது என்று கூறுகிறீர்கள். இஸ்லாமியப் படையெடுப்பு இல்லாதிருந்தால் தொழிற் புரட்சிக்கான வித்து தமிழ்நாட்டில் ஊன்றப்பட்டிருக்கும் எனத் தாங்கள் எதன் அடிப்படையில் நம்புகிறீர்கள்? எந்த மாதிரியான தொழிற்புரட்சி ஏற்பட்டிருக்கும்?

சித்தர்கள் வந்து விஞ்ஞானத்தின் ஒரு பகுதியாகிய அல்கமி யோடு தொடர்புடையவர்கள். அதாவது இரசவாதத்தோடு. இங்கே இஸ்லாமியப் படையெடுப்பு வந்ததனால கோயில்கள் தாக்கப் பட்டன. அது உண்மைதான். ஒரு பத்துக் கல்வெட்டாவது தமிழ்நாட்ல இருக்கு. ஒட்டிய கலாபம், துளுக்க கலாபம், இக்கோயில் துளுக் காவனத்து இரங்கல்பட்டுன்லாம் கல்வெட்டு இருக்கு.

ஒட்டுமொத்தமா எல்லாம் அழியப் போகுதுன்ற அவநம்பிக் கையைச் சமூகத்தில் உருவாக்கிருச்சு. அதனால சித்தர்கள் எல்லாம் மறுபடியும் காட்டுக்குப் போயிருப்பாங்கன்னு நினைக்கிறேன். ஏன்னா அவங்க எல்லாமே அலைந்து திரியும் பண்பு கொண்டவர்கள். இருந்திருந்தா இரசவாதத்தின் விளைவாக ஏதேனும் நடந்திருக்கலாம் என்று நான் எண்ணுகிறேன். அதற்கான எல்லாச் சூழல்களும் இங்கிருந்தன. சோழ, பாண்டிய அரசுகளோட அரசு அதிகாரத்தின் கொடுமைகளை எல்லாம் தமிழர்கள் அனுபவிச்சுட்டாங்க.

சித்தர்கள் காலத்திற்கு முன்பு அவர்களின் கடவுள் மறுப்பு, நாத்திக தத்துவ மரபு எவ்வாறு இருந்தது?

இல்லாம இருக்காதுங்க. பட்டநாகருடைய ரிசு கீதைன்ற ஒரு அத்வைத நூல்லயிருக்கு. அத்வைதமே மறைமுகமாக நாத்திகம்தான். அத்வைதம் ஆத்திகம் அல்ல. அதனாலதான் சங்கராச்சாரியார் யாருக்கும் திருநீறு எடுத்துக் கொடுக்கமாட்டார். நாத்திகக் கருத்து கள் இங்க மணிமேகலைல இருக்கு. நீலகேசில இருக்கு. கடவுள் என்ற பொருள் இல்லை என்கிற குரலும் இருக்கு. கடவுள் என்ற ஒரு பொருள் இருக்க முடியாது, இருக்க இயலாது என்ற குரலும் இங்க இருக்கு.

தமிழர்களுடைய தத்துவ மரபுன்னு எதையாவது வரையறுக்க முடியுமா?

அவைதீக மரபுதான் தமிழர்களோட தத்துவ மரபு. எல்லா வற்றையும் Centralised பண்றது. ஒரு குவிநிலைக்குக் கொண்டு வருவ துன்னு இல்லாம இப்ப Post Modernism சொல்றாங்கல்ல. Valantine Danial எழுதின FLUID SIGNS என்ற புத்தகத்துல இருக்கு. எதுவுமே கெட்டிப்படுத்தப்பட்ட திடமான பொருளாக இல்லை. எல்லாமே திரவ நிலையில்தான் இருக்கு.

அதுதான் நாட்டார் மக்கள் கருத்துலயும் இருந்துச்சு. அதனால தான் எல்லாவற்றுக்கும் விதிவிலக்கு வச்சான். ஐயப்பன் கோயிலுக்கு மாலை போட்டுருந்த அந்த விரதம் ரொம்பக் கடுமையா இருக்கும். வீட்டுக்குள்ளயே அது உண்டு. பெற்ற தாயே மாலை போட்டவர சாமின்னுதான் கூப்பிடணும். அவ்வளவு கடுமையான விரதம். மாலையக் கழட்டக் கூடாதுன்னுல்லாம் இருக்கு. ஆனா, தாயார் இறந்துபோனா என்ன பண்றது? கழட்டிரலாம். விதிவிலக்கு. விதி விலக்குன்றதே FLUID SIGNSதான். எல்லாக் கடுமையான விதிகளுக்கு அப்பாலும் FLUID SIGNS இருக்கு.

பத்து மணிக்குப் பள்ளிக்கூட வாசல அடச்சுருவாங்க. அதற்கப் புறம் நாலு மணி வரைக்கும் திறக்க மாட்டாங்க. ஆனா, ஒரு பையன் மயக்கம் போட்டு விழுந்துட்டான்னா என்ன பண்ணுவாங்க. திறந்து வெளிய கொண்டு போவாங்க. Fluidதான் எதுவுமே Static இல்ல. இந்தக் கருத்தோட்டம்தான் தமிழ் வாழ்வியல் கருத் தோட்டமாக இருந்தது. தத்துவப் பள்ளிகள் என்று எதுவும் இல்ல. பள்ளி என்பதே நம்மட்ட பௌத்தப் பள்ளிதான். அவங்களும் இங்க இல்ல. காஞ்சிபுரத்துல இருந்த ஜின்நாதர் வந்து Jain philosoper அவர் நாளந்தா போயிட்டார். ஆச்சார்ய தம்மகீர்த்தி ஒரு பௌத்த தத்துவஞானி. அவரு காஞ்சிபுரத்துல இருந்தார்னு நினைக்கிறேன். இங்க School of Thought எதுவும் தமிழ்நாட்ல இல்ல.

தமிழ் இசை மரபு குறித்து...

நிறைய எழுதியிருக்காரு மம்மது. மம்மதுவோட 'இழை இழையாய் இசைத்தமிழ்'னு ஒரு புத்தகம் இருக்கு. அவரக் கேட்டீங்கன்னா மூன்று நாள் இதப் பத்திப் பேசுவாரு. அவருடைய தமிழிசைப் பேரகராதி பார்த்திருக்கீங்களா?

அரசியல்ரீதியாகத் தெலுங்குக் கீர்த்தனைகள் முன்வந்ததற்கான காரணம்?

அரசர்களை மகிழ்விப்பதற்காகத்தான். இசை வளரும்போது, யார் அரசதிகாரத்தோடு நெருக்கமா இருந்தாங்களோ அதுல தெலுங்கன் ஜெயிச்சுட்டான். தமிழன் தோத்துட்டான். தெலுங்கு அரசு வந்த பிறகுதான் இதெல்லாம் நடந்தது. மலையாளியவிட, கன்னடத்துக்காரனவிட, தெலுங்குக்காரங்க இசைல நாட்டமுடைய வங்க.

✸

கல்வி

நவீனக் கல்வி தமிழ்ச் சமூகத்தோடு ஒத்துப் போகாமத்தான் வருது. ஆனால், சங்க இலக்கியக் காலத்துல கல்வி எப்படியிருந்தது?

அதுபற்றி விரிவாகத் தனிநாயக அடிகளார் தனிப் புத்தகமா Educational thoughts in Tamilnadu எழுதியிருக்கிறார்.

பார்ப்பனர்களோட குருகுலக் கல்வி நம்ம தமிழ்ச் சமூகத்துல எப்படி வருகிறது?

குருகுலக் கல்விதான் இங்கயும் இருந்தது. என்ன, கொடுமையான விசயம்னா அந்தக் குருகுலத்திலேயும் சாதி தொழிற்பட்ட காரணத்தால் அந்தக் கல்வி ஒரு திடமான இடத்துக்கு வர முடியாம போயிருச்சு. குருகுலத்துல ஆசிரியர் வீட்லயே மாணவர் தங்கினாங்க. அது உண்டு உறைவிடப் பள்ளி (Residential School) மாதிரி ஆசிரியர் வீடு இருந்துச்சு.

ஆனால், சாதி வேற்றுமை கருதாத பள்ளிக்கூடமா அது இருக்க முடியல. வெள்ளக்காரன் வந்து கிறித்துவத்துக்கு மாறுன பிறகு கூட பாளையங்கோட்டைல சாதி வேற்றுமை காரணத்தால ரெயினீஸ் தொடங்குன முதல் பள்ளிக்கூடம் ஓராண்டு காலம் மூடப்பட்டது. இவ்வளவுக்கும் நாடார்கள் பிள்ளைகளோட வெள்ளாளப் பிள்ளைகள் சாப்பிட மாட்டேன்னு சொல்லிட்டாங்க. ரெயினீஸ் பள்ளிக்கூடத்த மூடப்போறேன்னு சொல்றாரு. மூடுனா மூடிக்கோன்றான். அவரும் மூடிட்டார். அப்புறம் போய்க் கெஞ்சி ஒரு ஆண்டு, இரண்டாண்டுக்குப் பிறகு அந்தப் பள்ளிக்கூடம் திறக்கப்பட்டது. ஆசிரியப் பயிற்சிப் பள்ளி இதே சாதிக்கொடுமை. தேவாலயத்துலயும் இருந்துச்சு.

பள்ளி, கல்லூரி என்ற வார்த்தை சமணம் நமக்குக் கொடுத்த கொடையா?

பள்ளின்னா Bed என்றுதான் அர்த்தம். முதற்பொருள். பள்ளி கொண்டான், பள்ளிகொண்ட பெருமாள்னா என்ன அர்த்தம்? சமணக் குகைத் தலங்கள நீங்க மேல போய்ப் பார்த்தீங்கன்னா Bed, Bedஆக செதுக்கியிருப்பாங்க கல்லுல. இந்த இடத்துலப் பிள்ளைகள உட்கார வச்சுச் சொல்லிக் கொடுத்தாங்க. ஏன்னா, அவங்க நிர்வாணத் துறவிகள். ஊருக்குள்ள வரமுடியாது. சின்னப் பிள்ளைகல்லாம் நிர்வாணம் பெரிய விசயம் ஒன்றும் இல்ல. கற் படுக்கை மீது அமர்ந்து படிச்சதால 'பள்ளிக்கூடம்'னு ஆச்சு. கல்லூரி என்பது திவாகர நிகண்டுலயே அந்தச் சொல் இருக்கு. 9ஆம் நூற்றாண்டில் 'கல்வியூறி கல்லூரியாகும்' என்ற சொல் திவாகர நிகண்டுலேயே இருக்கு. உயர்கல்வி நிலையமாகக் கல்லூரி என்ற வார்த்தை பயன்படுத்தப்பட்டிருக்கு. அது கோயில்கள் பிரகாரங்கள் இருந்ததால தேவார சுற்றாலைக் கல்லூரின்னு சோழர் கால கல் வெட்டுகள் இருக்கு. கற்கக்கூடிய இடம்னு வருது. சமய நூல்களைக் கற்கக்கூடிய இடம்னு வரும். உயர்கல்வி நிலையமென்ற பொருளிலும் வருது.

கல்வி குறித்துப் பேசும்போது, பொருள்முதல்வாதம் குறித்தான கருத்தோட்டம் தமிழிலக்கியங்களில் இருக்கா?

தாராளமா இருக்கே.

மண் திணிந்த நிலனும் நிலம் ஏந்திய விசும்பும்
விசும்பு தைவரு வளியும்தீ முரணிய நீரும்
என்றாங்குஐம்பெரும் பூதத்து இயற்கை போல

என்ற தொல்காப்பிய வரி பொருள் முதல்வாதம் குறித்தே பேசுகிறது. புறநானூற்றுல ஒரு பாட்டு இருக்கு. உலகமே இந்த ஐந்துல அடங்கும். பேராசிரியர் நா. வானமாமலை இதைப் பற்றி நிறைய எழுதியிருக்கார்.

✸

மொழி

அயல் மொழிகளின் கலப்பால், தமிழின் பேச்சு வழக்கு சிதையுமா? அதனால் தமிழ் மொழி பாதிப்படையாதா?

கலப்பு எப்பொழுதுமே நல்லதுதான். மொழிக்கலப்பு, இனக் கலப்பு எல்லாம் நல்லதுதான். தமிழ்மொழியின் வேர்களைக் கெடுக் கிறார்போல அது வந்துவிடக்கூடாது என்பதுதான் மிகவும் முக்கியம். தமிழ் ஒலிமுறைக்கு எதிரான சொற்களை வேண்டுமானால் கழிக்கலாம். நாவல் என்ற சொல்லைக் கழிக்க வேண்டாம்னு நான் நினைக்கிறேன். நாவலோ நாவல் என்று தூரத்திலே இருப்பவரை அழைப்பதற்கு இந்த ஒலியைப் பயன்படுத்தியிருக்கிறார்கள். நாவல்–புதினம் என்று தமிழ்ப்படுத்தணும்னு நான் நினைக்கல, Fluid ஆக வச்சுக்கலாம். ரொட்டிய எப்படிப் புழங்குகிற பெண்கள்கிட்ட கொண்டு போறது. வாழ்நிலை ரொம்ப மாறிப்போச்சு. ரொட்டி ரொட்டியா இருக்கட்டும். இருந்தா ஒண்ணும் கெட்டுப்போகாது.

(மேயர் மேயர் மேலாண்மையைக் குறிக்கக்கூடியது தமிழ்லயே இருக்கு. 'யர்' விகுதியா வச்சு மேயர், மேலானவர்னு வச்சுக்கலாம்!)

ஆங்கில மொழி ஈர்ப்பு, ஆங்கில வழிக் கல்வி குறித்த அச்சத்தை எப்படிப் பார்க்கிறீர்கள்?

அச்சம் நியாயமானதுதான். ஏனென்றால் சீட்டுக்கட்டுகளுடைய எண்ணிக்கையைப் பற்றிச் சொல்லிக் கொண்டிருந்தேன். என்னுடைய பேத்தி வந்து இது *52*. ஜோக்கர் *3* அப்படின்னு. என் பேத்தி Tell English அப்படின்னா. Fifty two + three-ன உடனே Fifty five ன்றா. இது மோசமானது. தாய்மொழி வழிக்கல்வி மறுக்கப்படும்போது கலாச்சார ரீதியா நுட்பமான வேர்களை அறுத்துவிடும். அதுதான் அதுல உள்ள ஆபத்து. அதனாலதான் மாற்று மொழியில் கல்வி பயில்வதை எதிர்க்கிறோம். ஆங்கிலம்னு இல்லை தெலுங்கிலோ, மலையாளத்துலயோ கூட நாம கல்வி பயில முடியாது.

தமிழர்கள் பெயர் சூட்டும்போது பெரும்பாலும் சாய் கிருஷ்ணா, ஸ்ரீ என்கிற மாதிரியான முன்னொட்டுகள், பின்னொட்டுகள் வருவதற்கான காரணம் என்ன?

ஊடகங்கள் உருவாக்கிய போலி மரபு. வட ஒலி கிரந்த எழுத்துக்களால் எழுதப்படுகிற ஒலி. ஸ்ரீ என்பதோ, ஸ் என்பதோ, ஜ் என்பதோ இருந்தால் அந்தப் பெயர் நாகரிகமான பெயர் என்று கருதுகிறது. பெயரிடுவதற்குப் புராதன இறந்துபோன மூதாதையர்கள் திரும்ப வருகிறார்கள். பெயரன் என்ற சொல்லுக்கே மீண்டு வந்தவன் என்றுதான் அர்த்தம். மானுடவியல் ரீதியாக இது கொஞ்ச நாளைக்குத் தற்காலிகமானது. வடமொழி மோகமும், வடமொழி ஒலி மோகமும், தமிழ்ச் செல்வன்கிற பேரை எல்லாச் சாதியிலயும் வைக்கிறார்கள். சாதி வேற்றுமை, மத வேற்றுமை கடந்து செல்வின்ற பேரை எல்லாரும் இடுகிறான்.

✸

சுற்றுச்சூழல்

சுற்றுச்சூழல் பேசக்கூடிய சுற்றுச்சூழல்வாதிகள் மொழியை அதில் கலக்கக் கூடாது என்கிறார்களே?

எல்லாமே ஒன்றோடு ஒன்று தொடர்புடையதுதான். விடலைப் பிள்ளை. இளமையைக் குறிக்குற விடலைன்ற சொல்ல எப்படித் தவிர்ப்பீங்க? நீண்ட பாரம்பரியம் உடையமொழி. மொழில அந்த மாதிரி விஷயங்களைத் தேடி எடுத்துக் களைவது சாத்தியமே இல்ல. பிள்ளையப் பூ போல எடுன்றாங்க. கிழவன் பழுத்த பழமா உட்கார்ந் திருந்தார்ன்றாங்க. அந்தப் பொண்ணு வஞ்சிக்கொடின்னு பாட் டெழுதுறார். எல்லாமே இயற்கை சார்ந்ததுதான். மனித உடல்னு அடையாளப்படுத்தும்போது உடம்பு சருகா போச்சுங்கறான்.

நுனி நாக்கு ஆங்கிலத்துல பேசும் சுற்றுச்சூழல் என்பது மேட்டுக்குடி சார்ந்த விசயமா இருக்கும்போது, தமிழ்ல அது பற்றி...

சுற்றுச்சூழல்ங்ற சொல் துண்டு துண்டாவாவது தமிழ்ல இருக்கு. நம்ம சூழ்நிலை சரியில்ல. அவன் சூழல் சரியால்ல. சுற்றுச்சூழல்ங்றாங்க. அப்புறம் என்ன? இயற்கையோடு நன்றி கொண்டிருந்த சமூகம், இயற்கையை ரொம்ப மதிச்சுருக்கு. பச்சை மரத்துக்குக் கீழ் நின்று பொய் சொன்னா மரம் கருகிவிடும் என்று நம்புன சாதி. அந்த அளவுக்கு வாழ்க்கையோடு இயற்கையைப் பிணைத்துக் கொண்டவர்கள். பாவம். நிறைய மழை போனா மழை பெய்யாதுங்கிறதுதான் எண்ணம்.

இயற்கை வனச்சுரண்டல். அதாவது ஆறு, மணல், மலை இவை களை அழிப்பது, இந்த நிலைமைக்கான காரணம்?

பன்னாட்டு நிறுவனங்களும், அவர்களின் அடிமைகளாகிய இந்திய அரசியல்வாதிகளும்தான். பன்னாட்டு நிறுவனங்களின் அடிமைகள்தானே இந்தியா? சோறும், நீரும் விற்பனைக்கல்ல என்பதே நம் தமிழரோட மரபு. அப்படியில்ல எதை வேண்டுமானா லும் விற்கலாம்னு அவன் நினைச்சுட்டான்.

நற்றிணை பதிப்பகம் ❖ 49

சங்க இலக்கியத்துல அறுபத்தி மூணு வகையான பறவைகளைக் குறிப்பிட்டுருக்காங்க. அதுல 22 நீர்வாழ் பறவைகள் இருக்குன்னு சொல்லப்படுகிறதே?

அறுபத்திமூன்று இல்ல. நிறைய இருக்குங்க. த.வி. சாம்பசிவம் பிள்ளையினுடைய அகராதியப் பாருங்க. தமிழ்ப் பல்கலைக்கழகத்துல ஜான் பிரிட்டோ புத்தகம் பாருங்க.

தமிழருக்கும் இயற்கைக்குமான உறவு, பக்தி இலக்கிய காலத்திற்குப் பிறகு கொஞ்சம் கொஞ்சமா அறுபடுது. இதற்கான காரணம்...

150 ஆண்டுகால காலனிய ஆட்சில நம்முடைய குவாலிட்டியை முழுக்க இழந்து போனோம். செல்வங்களை இழந்து போனால் பரவாயில்லை. நெல்லை இழந்தா பரவாயில்லை. நெல்லை உற்பத்தி செய்கிற வயலை இழந்தால் கூடத் தாக்குப்பிடிக்கலாம். வயலினுடைய வளத்தன்மையை இழந்தோம், இரசாயன உரங்களாப் போட்டு. இதான் காலனிய ஆட்சியினுடைய மிகப்பெரிய சீர்கேடு.

மூன்றாண்டுகளுக்கு முன்பு பூவுலகின் நண்பர்கள் ஒரு நிகழ்ச்சி நடத்தினபோது அம்பைப் பகுதியில் மட்டும் 53 வகையான நெல் வகைகள் இருந்தது. இன்று மூன்று நான்குதான் இருக்கு. அதற்கான சிறப்பு. வேறு பகுதிகள் குறித்து...

எனக்கு இதுதான் தெரியும். இதச் சொன்னேன். நெல் பத்தி ஒரு கட்டுரை எழுதியிருக்காரு மரைக்காயர் செந்தமிழ்ல. நான் இளையான்குடி கல்லூரியில பணிபுரியும்போது ‘நெல்’ என ஒரு புத்தகம் போட்டோம். அதுல அந்தக் கட்டுரைய நானும் ஷாஜகான்ற வரும் எழுதினோம். அதுல அவரு என்னன்ன நெல்லெல்லாம் இருந்துச்சுனு எழுதுவாரு. நான் கேள்விப்பட்ட நெல் பெயர்கள் எல்லாம் எங்கக்கா அம்பாசமுத்திரம், வீரவநல்லூர், அவ சொல்லிக் கேட்டதுதான்.

பசுமை நடை, இன்னீர் மன்றல் விழாவுல பேசும்போது சிலப்பதிகாரம் குறித்துப் பேசியது பற்றி...

குறைந்தது 5000 தாவரப் பெயர்களாவது சிலப்பதிகாரத்துல இருக்கு. சிலப்பதிகாரம் மொத்தமே 5001 அடிதான். அதுல 5000 தாவரப் பெயர்கள் எழுதியிருக்கார். தாவரங்களுக்கு அவர் தருகிற மதிப்பு இருக்குல்ல. முன்னொட்டுகளைப் பார்த்தாலே அற்புதமா இருக்கும். தாவரங்களை அடையாளப்படுத்துகிற முறை மிக அருமையா இருக்கும். உதாரணமா மதுரைக்கு கோவலன், கண்ணகி வரும்போது

வைகையாற்றில் மிதந்து வருகிற பூக்களைப் பார்த்து இளங்கோவடிகள் பெரிய பட்டியல் கொடுப்பார்.

குரவமும் வகுளமும் கோங்கமும் வேங்கையும்
மரவமும் நாகமும் திலகமும் மருதமும்
சேடலும் செருந்தியும் செண்பக ஓங்கலும்
பாடலம் தன்னொடு பன்மலர் விரிந்து
குருகும் தளவமும் கொழுங்கொடி முசுண்டையும்
விரிமலர் அதிரலும் வெண்கூ தாளமும்
குடசமும் வெதிரமும் கொழுங்கொடிப் பகன்றையும்
பிடவமும் மயிலையும் பிணங்கரில் மணந்த
கொடுங்கரை மேகலைக் கோவை யாங்கணும்
மிடைந்துசூழ் போகிய அகன்றேந் தல்குல்

என்று ஒரு பெரிய பட்டியல் கொடுப்பார்.

அதச் சொல்லிவிட்டு அத இலக்கியத்தோடு இணைப்பதைப் பார்க்கணும். அத கோவலனும், கண்ணகியும்,

புண்ணிய நறுமல ராடை போர்த்துக்
கண்ணிறை நெடுநீர் சுரந்தனள் அடக்கிப்
புனல்யா றன்றிது பூம்புனல் யாறென
அனநடை மாதரும் ஐயனுந் தொழுது

என்று கையெடுத்துக் கும்பிடுறாங்க. புனல் ஆறல்ல பூ ஆறு. அத இலக்கியத்தோடு தொடர்புபடுத்துகிறார். வைகைப் பெண் இவங்க ஆற்றுக்கு அக்கரைக்குப் போய் இவர்கள் படப்போற கஷ்டம் தெரியுது. அதனால் கண்ணீர் மல்கிச் சுரந்தது. அந்தக் கண்ணீரைப் பூவாடை கொண்டு மறைச்சுட்டான்னு சொல்வார் இளங்கோவடிகள்.

கருநெடுங் குவளையும் ஆம்பலும் கமலமும்
தையலும் கணவனும் தனித்துறு துயரம்
ஐயமின்றி அழித்தன போலப்
பண்ணீர் வண்டு பரிந்தினைந் தேங்கிக்
கண்ணீர் கொண்டு காலுற நடுங்கப்
போருழந் தெடுத்த ஆரெயில் நெடுங்கொடி
வாரலென் பனபோல் மறித்துக்கை காட்டப்
புள்ளணி கழனியும் பொழிலும் பொருந்தி
வெள்ளநீர்ப் பண்ணையும் விரிநீர் ஏரியும்
காய்க்குலைத் தேங்கும் வாழையும் கமுகும்
வேய்த்திரள் பந்தரும் விளங்கிய இருக்கை
அறம்புரி மாந்தர் அன்றிச் சேராப்
புறஞ்சிறை மூதூர் புக்கனர் புரிந்தென்.

என்று சொல்கிறார் இளங்கோவன். கண்ணீரை மறைப்பதற்காகத் தன் மீது பூவாடை போர்த்திப் போகிறாள் வைகைப் பெண். மாத வின்றதே ஒரு தாவரம்தான். மாதவிக் கொடி என்பது குறுக்கத்திச் செடிதானே.

ஐவகை நிலத்திலும் கண்ணகி பயணம் செய்கிறாளே?

ஆமா, இளங்கோவடிகள் ஐவகை நிலத்தாவரங்களையும் பதிவு பண்ணிடுறார். கதையும் அதுக்குத் தகுந்தாப்ல இருக்கு. நெய்தல் தொடங்கி மருதம் வந்து முல்லை வந்து குறிஞ்சிக்குப் போய்ச் சேர்றா. இப்படி எல்லா வகையான நிலப்பரப்பும் அந்தக் கதைக் குள்ளேயே வருது. இளங்கோவடிகள் களஆய்வு செய்துதான் எழுதியிருக்கிறார். அவர் சொல்றாரு காவேரி Cross பண்றாங்க ஸ்ரீரங்கம் தாண்டி. உறையூர் நொச்சிக்காட சொல்றாரு. நொச்சிக் காடுன்னு சொல்றாரே அங்க ஒரு காடு இருக்கு. கொடும்பாளூர் சொல்றாரு. இன்னமும் இருக்கு.

கொடும்பாளூர் அந்தக் காலத்துல பெரிய நகரமா இருந் திருக்கும். கொடும்பை, நெடுங்குளம், கோட்டகம் அதாவது கொடும் பாளூர்ல நெடுங்குளம் இருந்ததையும் சொல்றாரு. நீளமான குளம். அந்தக் குளம் இன்னமும் இருக்கு. மதுரைக்கு மூன்று வழின்னு சொல்றாரு. திண்டுக்கல் வழியா வாறது ஒண்ணு. மணப்பாறை வழியா வாறது ஒண்ணு. மேலூர் வழியா வாறது ஒண்ணு. சிலப்பதி காரம் முழுக்க முழுக்க ஒரு பயண நூல். ‘சிலம்புப் பயணங்கள்’ என்று ஒரு நூலே எழுதியிருக்கார் பஞ்சாங்கம். சிலப்பதிகாரத்திலுள்ள எல்லாப் பாத்திரங்களும் பயணம் பண்ணிக்கிட்டே இருப்பாங்க. கண்ணகி பயணம், கோவலன் பயணம், பராசரர்னு ஒரு பார்ப்பான் தெற்கே குமரியாடி வரும்போது திருத்தங்கல்ல எதிர்கொள்றான். அது ஒரு பயணம். இப்படி நிறைய பயணங்கள் வரும் சிலம்பில்.

சிலப்பதிகாரத்துல பயணங்கள்னே ஒரு நூல் எழுதுமளவிற்குப் பயணம் செய்யும் பாத்திரங்கள் இருக்கு. அதுவே பெரிய Culture இல்லையா?

கடவுளுக்குத் தாவரங்களை, குறிப்பா பூக்களை மலர்மாலையாக அணிவிப்பதற்கான காரணம் என்ன?

Freshஆ ஒண்ணு சொன்னா அது பூதான். அன்று பிறந்தது. வம்ப மலர்ம்பான் இலக்கியத்துல. வம்புன்னா புதுசுன்னு அர்த்தம். வம்புச் சண்டைன்னா புதுச்சண்டைன்னு அர்த்தம். தொல்லைன்னா அது பழைய சண்டைனு அர்த்தம். இவன் வம்ப இழுத்துட்டு

வந்துட்டோம்போம். புதுசா வர்ற தொல்லைக்கு பேர்தான் வம்பு. வம்ப மலர்னு சொல்வான். புதுசா உள்ளது.

இரண்டாவது பூக்களின் அழகும், மணமும் மனிதனாலே செய்ய முடியாது. 'வனாந்திரங்களில் கிடக்கிற இந்தப் புஷ்பங்களைப் பாருங்கள். சர்வ மகிமையும் உள்ள சாலமன் காணாத உடைகளை அல்லவா அவைகள் உடுத்தியிருக்கின்றன' என்பார் இயேசு. பூக்களுடைய அழகு, மணம், தூய்மை எல்லாத்தையும் சேர்த்துத்தான். அழகும், மணமும், தூய்மையும் உடைய பொருளை மதிக்கிற இறைவனுக்குக் கொடுக்கணும்னு சொல்லத்தான் பூக்களைப் பயன் படுத்துறாங்க. இதுக்கு காலவரையறை சொல்ல முடியாது. மனித நாகரிகத்தின் தொடக்கக் காலத்திலிருந்து இதெல்லாம் இருக்கு. ஒவ்வொரு திணைக்கும் ஒரு பூ பயன்பட்டு இருக்கு. இது சனாதன மதத்தால கூட நிராகரிக்க முடியல. சிவபெருமானுக்கு ஊமத்தை, வில்வம். திருமாலுக்கு நம்மாழ்வாருக்குக் கூட மகிழம்பூ.

இதற்கான காரணம்னு எதையாவது குறிப்பிட்டுச் சொல்ல முடியுமா?

இது வெப்ப நாடுங்க. இந்தளவு மலர்களுடைய பெருக்கம் குளிர் நாடுகள்ல இருக்குமான்னு தெரியல. உயிரினப் பெருக்கம் எப்படி அதிகமோ, அதுமாதிரி பயிரினப் பெருக்கமும் அதிகம். இத்தனை வகையான பூக்கள் மேலை நாடுகள்ல இருக்குமான்னு எனக்குத் தெரியல. என்னுடைய தன் அனுபவமா ஒரு விசயம் சொல்றேன்.

நான் ஒரு மாத காலமா கனடாவுல இருந்தேன். நான் பார்த்த பறவையே 2, 3தான். வேற பறவையே பார்க்கல. நான் பார்த்த பறவையும் காக்கா மாதிரி, வாத்து மாதிரி இருந்தது. நான் காலைல எழுந்து புகைபிடிக்கிறபோது (அங்க வீட்டுக்குள்ள குடிக்கக்கூடாது. வெளியேதான் பிடிக்கணும்) ரோட்டைத் தாண்டி கருப்பு நிறத்துல பெருச்சாளி மாதிரி ஒண்ணு வரும். அப்புறம் பார்த்தா அது அணில். முப்பது நாளா அந்த ஒண்ணத்தான் பார்த்தேனே தவிர, அதோட சோடியக்கூட பார்க்கல. கிடைக்காது. ஏதோ ஒரு இடத்துக்குக் கூட்டிட்டுப் போனாங்க. அங்கதான் ஒரு ஒட்டகம், ஒரு காளை மாட்டைப் பார்த்தேன். வேற உயிர் வகைகளை நான் பார்க்கல. எண்ணிக்கையில ரொம்ப குறைச்சல். அது மாதிரி பயிர் வகை கள்ளயும் எண்ணிக்கை குறைச்சல். பூ வகைகளும் ரொம்ப குறைச்சல். மலர்ந்திருக்கிற பூ வகைகள முப்பது நாளா பார்க்கல. ஆனா தாவரங்கள் நிறைய இருந்தது. அந்த நாடே காட்டுக்குள்ள இருக்கிற மாதிரிதான் இருக்கு. ஆனா பூக்களைப் பார்க்கல. நம்மூர்ல

எவ்வளவு பூ. நெல்லை சந்திப்புக்குள்ள இறங்குனா அவ்வளவு பூக்களைப் பார்க்கிறேன்.

சங்க இலக்கியமும் சூழலியல் சார்ந்ததுதானா?

அவங்க வாழ்க்கை அப்படி இருந்ததால அவங்க பாட்ல சூழலியல் சார்ந்த விசயங்கள் நிறைய இருக்கு. அவ்வளவுதான். சூழலியலுக்காக அவங்க பாடல. அவங்க, அவங்க வாழ்க்கை சார்ந்து பாடுனாங்க. அவங்க வாழ்க்கை சூழலியல் சார்ந்து இருக்கு. சங்க இலக்கியத் தாவரங்களே தனி. என்கிட்ட ஒரு மாணவர் முனைவர் பட்டம் பண்ணாரு. Ethnogragpy of sangam plantsன்னு. சங்க இலக்கியத் தாவரங்களில் இனவரைவியல்னு 158 தாவரங்களைப் பண்ணாரு.

தமிழ்ப் பல்கலைக்கழகத்துல ஐம்பதோ, ஐம்பத்தையோதான் பண்ணியிருக்காங்க. என் மாணவர் 158 பண்ணியிருக்கார் ஒரே மலைல. தாவரங்கள அடையாளப்படுத்துற முறையிலேயே ரொம்ப அருமையா இருக்கும். கருங்கால் வேங்கை, ஒவ்வொரு தாவரமும் அதன் அடிமரத்தச் சுத்திதான் அடையாளப்படுத்தியிருந்தாங்க. நெட்டிலை இலுப்பை, சிறியிலை நெல்லி இப்படி ஒவ்வொரு தாவரங்களை அடையாளப்படுத்துறது விசேஷமானது.

நெய்தல் என்னும் பெயரிலேயே ஒரு பூ இருக்கிறதுன்னு மருத்துவர் மைக்கேல் குறிப்பிடுகிறாரே?

நான் சுஜாதாக்கு எழுதின மறுப்புலகூட இதப்பத்தி எழுதியிருக்கேன். அவர் கழிவுநீரில் மலர்ந்த நெய்தல்னு எழுதிட்டார். சுழி அப்பபடின்னா கடல்நீரும் மண் நீரும் சந்திக்கிற பகுதி. காடு இதழில் கூட கண்டல்னு பேர் சொல்றீங்கள்ல அதுக்குக் கழிமுகம்னு பேர். அந்த இடத்தோட Eco System வேற, நன்னீரும் கடல் நீரும் சந்திக்கிற இடத்துல உள்ள மீன்கள் வேற, செடிகள் வேற, உயிர்கள் வேற. அங்க உள்ளது நெய்தல். நெய்தல்ன்றது அந்தி மந்தாரைன்னு எழுதியிருக்கார், இந்தியா டுடே கட்டுரையில. நிகழ்காலப் பெயர் அந்திமந்தாரை. நெய்தல் பூ என்ன செப்டிக் டாங்க்லயா வளருது?

✸

தலித்தியம்

1990களில் தலித் அமைப்புகளின் எழுச்சியோடு ஒப்பிடும்போது, இன்றைய தர்மபுரி, மரக்காணம் என சாதிய ஆதிக்கவாதிகளின் கை ஓங்குவது எதனைக் காட்டுகிறது? தமிழ்ச் சமூகம் பிற்போக்குத் தன்மையை நோக்கிச் செல்கிறதா? தலித் அமைப்புகளின் பலவீனமாக இதனைக் கருதலாமா? அல்லது பெரியார் என்ற ஆளுமையின் தாக்கம் சமூகத் தளத்தில் குறைந்துள்ளதாகக் கருதலாமா? இந்நிலையை எப்படி எடுத்துக்கொள்ளலாம்?

பிற்போக்குத்தனத்தை நோக்கிப் போகலை, தர்மபுரி இளவரசன் நிகழ்வு நடக்கிறபோதே அதே ஊர்ல திவ்யாவின் சாதி, இளவரசனின் சாதியைச் சார்ந்தவங்க திருமணம் செய்துகொண்டு, மகிழ்ச்சியாக வாழ்கிறார்கள். என்னுடைய மாணவர் ஒருத்தரே அங்க இருந்தார். சாதி மறுப்புத் திருமணம் செய்துகொண்டு, தொழில் செய்துகொண்டு அங்கேயே இருந்தார். அது இல்ல.

ஆதிக்கச் சாதிக்கு ஒரு பங்கு இருக்கிறதுபோல மிகமிகக் குறைந்த அளவாவது தாழ்த்தப்பட்ட சாதித் தலைவர்களுக்கும் ஒரு பங்கு இருக்கு. வெளில சொன்னா வருத்தப்படுவாங்க. இல்ல சண்டைக்கு வருவாங்க. தாழ்த்தப்பட்ட மக்களுக்குச் சரியான தலைமை இல்லன்னு பொதுவாவது சொல்லலாம்.

சாதி மறுப்புத் திருமணங்கள் குறித்து?

இருக்கக்கூடியதுல, இருக்கிற சமநிலையைக் குலைக்கணும்னுதான் நாம ஆசைப்படுறோம். சமநிலையத் திடீர்னு குலைச்சா கலவரம் வரும். மெல்லமெல்ல அந்தச் சமநிலை குலைய வேண்டும். வேற ஒன்றும் வேண்டாம். சாதிமறுப்புத் திருமணம் பண்றவங்களுக்கு இந்த ஊர்ல வாடகைக்கு வீடு தரமாட்டாங்க. சாதி மறுப்புத் திரு மணம் பண்ண எல்லாப் பொண்ணுங்களுமே ஒழுக்கங்கெட்டவள்னு ஒரு கருத்து இருந்துச்சு. கொஞ்சம் கொஞ்சமா அந்தக் கருத்து மாறியிருக்கு.

இன்னமும் இந்த ஊர்ல சாதி இறுக்கம் அதிகம். வாடகைக்கு வீடு கேட்டா சாதி கேட்பாங்க. இப்பக் கொஞ்சம் குறையுது. சாதி மறுப்புத் திருமணத்தைப் பற்றிப் பெண்களுக்குக் கோபமோ, அக்கறையோ வருவது இல்ல. கொஞ்சம்கிறது, நம்ம தேவைக்கும் ஆசைக்கும் ஏற்ப சீக்கிரமா நடக்காது. ஆனா, நடக்கும் மெல்ல மெல்ல நடக்கும்.

இன்றைய சூழலில் சாதிச் சங்கங்களை எப்படிப் பார்ப்பது?

'சாதி என்பது பாதுகாப்பற்றவனின் புகலிடம்' என்று ஒரு இடத்துல சொல்லியிருக்கேன். அதுக்குள்ள போய் ஒளிஞ்சுக்குறான். சாதாரணமா சின்ன வயசுல மற்ற பயலுக அடிச்சுட்டு எங்கத் தெருவுக்கு வாடா பார்த்துக்குறோம்னு சொல்றது. எங்க தெருவுக்கு வான்னா எங்க சாதி எல்லைக்குள்ள வான்றது. அப்ப பாதுகாப்பற்ற வனின் புகலிடம் சாதி. பாதுகாப்பு வெளியில இருந்து கிடைக்கிற துன்னு சொன்னா, தொழிற்சங்கத்துல இருந்து கிடைக்குதுன்னு சொன்னா தொழிலாளர்கள் சாதியை நம்பமாட்டார்கள்.

இன்றைய நிலையில் தாழ்த்தப்பட்ட மக்கள் வாழ்விடங்களைப் பறை சேரி என்கிறார்கள். இதற்கான துவக்கப் புள்ளி எது என்று நினைக் கிறீர்கள்?

பக்தி இயக்கத்தோட எழுச்சியின்போதே இந்த மாதிரி பறை சேரிகள் உருவாயிருச்சு. நந்தனார் கதையைப் பார்க்கலாம். இந்த மாதிரி தனித்தனிக் குடியிருப்புகள் அப்பவே வந்துருச்சு. கோயில் அதப் பாதுகாத்துட்டே வந்துச்சு. அதனாலதான் பெரியார் சொல் றாரு. கோயிலை நான் நிராகரிக்கிறேன். அது சாதி பேணும் கோயில் என்கிறார். சங்க காலத்துல கோயில் கிடையாது. 'கோட்டம்' என்று சொல்லக்கூடிய மண்ணாலான சிறு வட்டங்கள். அப்ப பூசாரிக்குப் பெரிய அதிகாரம் எல்லாம் கிடையாது.

ஆனா பறையர்கள் வாழ்ந்திருக்கிறார்கள். 'பார்ப்பார் ஒரு வரலாற்றுப் பார்வை'னு ஒரு கட்டுரை எழுதியிருக்கேன். பார்ப் பான்னா ஜூனியர்னு அர்த்தம். பாப்புனா The young ஒண்ணுன்னு அர்த்தம். அதான் குழந்தையைப் பாப்பான்னு கூப்பிடுறோம். அப்போ யாரு சீனியர் என்ற கேள்வி வருகின்றபோது பறையர்தான் சீனியர். அதான் கிராமப்புறங்கள்ல ஒரு பழமொழி சொல்வாங்க. 'பார்ப்பானுக்கு மூப்பு பறையன், கேட்க நாதியில்லாம கீழ்ச்சாதியா போனான்'. நான் கட்டுரை எழுதியிருக்கிறேன்.

யானை மேல பறையர் அமர்ந்து போவதா, பண்பாட்டு அசைவுகள்ல சொல்லியிருக்கீங்க...

திருவாரூர்ல யானையேறும் பெரும் பறையர்ன்னு இருக்காங்க. நிறைய கோயில்கள் அவங்களோடது. அவங்க பூசை செய்த கோயில்களைப் பிடுங்கிக் கொண்டார்கள். நான் சொன்னேன்ல ஸ்ரீசக்கர பிரதிஷ்டை பண்ணாரு ஆதிசங்கரர்னு. அதுலயிருந்து தொடங்கியது.

✸

பெரியாரியம்

ஆத்திகம், நாத்திகம் என்ற சொற்களுக்கான வேர்ச்சொல் என்ன? கடவுளை ஏற்றுக்கொண்டவர்களை ஆத்திகர் என்றும், கடவுளை நம்பாதவர்களை நாத்திகர் என்றும் குறிப்பிடுவதற்கான காரணம் என்ன? இது எதன் அடிப்படையில் வந்தது? அதற்கான பின்புலம் என்ன?

இரண்டுமே தமிழில் இல்லை. நாத்திகம் எதிர்மறையைக் குறிக்கக்கூடிய சொல். இரண்டு சொல்லுமே தமிழ்ச்சொல் இல்லை. இணையாகச் சொல்வதென்றால் இறை மறுப்புக் கொள்கை அப்படின்னு ஆக்கிக்கொள்ளலாம்.

பெரியாரின் எதிர்ப்பு என்பது, வேதப் பிராமணர்கள் மீதா? தமிழ்ப் பிராமணர்கள் மீதா?

அதிகாரங்கிறதப் பத்தி சரியான பார்வை இல்லை. 'வேதப் பிராமணர்களும் வேஷப் பிராமணர்களும்'னு 1909 இல் அயோத்தி தாசப் பண்டிதர் ஒரு கட்டுரை எழுதினார். வேதங்கிறது ஒரு எழுதப்படாத அதிகாரம். எல்லாவற்றையும் தீர்மானிக்கிற அதிகாரம். அவன் சொல்லறது வேதம்னா என்ன வேதம், விவாதத்திற்கு உட்படுத்த முடியாததுதான். மிகப் பெரிய வேதத்தின் தலைமையை ஏற்றுக்கொண்ட ஸ்மார்த்த பிராமணர்கள்தான் சிக்கலான ஆட்கள். அதாவது சங்கராச்சாரியாரும், சங்கராச்சாரியாரோட அவரது சித்தாந்தத்தைப் பின்பற்றுகிறவர்களும். ஒரு வைணவனை அப்படிச் சொல்லமுடியாது. சிவப்பிராமணனை அப்படிச் சொல்ல முடியாது. அவங்கக்கூட ஒரு வகைல மதத்துக்காகச் சாதியை விட்டுக்கொடுப் பான்.

சாதியையும் மதத்தையும் ஒன்றாகவே வைத்துக்கொண்டு வேதத்தை மட்டுமே தெய்வமாக வைத்திருக்கக் கூடியவர்கள் ஸ்மார்த்த பார்ப்பனர்கள். சங்கராச்சாரியாரியாருடைய கட்சியைச் சேர்ந்தவர் கள். அவங்களைத்தான் நாம எதிர்க்கணும். வேதம்கிற அதிகாரத்தத்

தான் நாம எதிர்க்கணும். எதைச் சொன்னாலும் 'வேதத்துல சொல்லியிருக்குன்னு கிராமத்துல நம்புறான்' அதான் மூளையிலே பதிவாயிருச்சு. வேதத்தைக் கேள்வி கேட்கவே முடியாது. விவாதங் களுக்கு அப்பாற்பட்டது. மிகப் பெரிய உடைக்கமுடியாத அதிகாரம் இந்த வேதம். அதைக் கையில் தூக்கிக்கொண்டு பிராமணர்கள் வருகிறார்கள். 'நாத்திகனா கூட இருக்கலாம். ஆனா வேதத்தை மறுக்கக்கூடாது. அப்படிங்கிறாரு 'தெய்வத்தின் குரலில்' பழைய சங்கராச்சாரியார். அதான் சிக்கல். வேதம் என்பது எழுதாத எழுத்து. மிகப்பெரிய அதிகாரக் கட்டமைப்பு.

பெரியார் நிராகரித்தது ஒட்டுமொத்தக் கோயில்களையா? பெருந் தெய்வக் கோயில்களையா?

சாதி பேணுகிற எல்லா விசயங்களையும் அவர் நிராகரிச்சார். உங்க இலக்கியம் சாதி பேணுகிற இலக்கியம்னா அதை நிராகரிக் கிறார். உங்களுடைய கதைகள் சாதி பேணுகிற கதைகள். அதனால கதையை நிராகரிக்கிறார். சாதி பேணுகிற எல்லா விசயங்களையும் அவர் நிராகரிச்சார். நாட்டார் தெய்வங்கள் பெரும்பாலும் சாதி பேணுவது அல்ல. விதிவிலக்காக ஏதேனும் ஒன்றிரண்டு இருக்கலாம். நாட்டார் தெய்வங்களை அவரு நிராகரிக்கவில்லை.

தந்தை பெரியாரை முற்றாக ஏற்றுக்கொண்டவர்கள் ஒருபுறமும், முற்றாக மறுத்தவர்கள் அல்லது எதிர்ப்பவர்கள் ஒருபுறம் என்ற சமகால தமிழ்ச் சூழலில் இன்றைய இளைஞர்கள் பெரியாரை எப்படிப் புரிந்து கொள்வது? ஏற்றுக்கொள்வது?

பெரியாரை முற்றாக நிராகரிப்பது என்பது முட்டாள்தனமே தவிர வேறெதும் இல்லை. ஏனென்றால் ராஜாஜியாலேயே பெரியாரை முற்றாக நிராகரிக்க இயலவில்லை என்னும்போது புரிதலின்மைதான் மிகப் பெரிய காரணம். பெரியார்தான் ராஜாஜியை நிராகரித்தார்.

தமிழ் காட்டுமிராண்டி மொழின்னு பெரியார் சொன்னாரு. சங்க இலக்கியங்களைப் பெரியார் ஏற்றுக்கொள்ளவில்லை என்பதை யெல்லாம் எப்படிப் பார்ப்பது?

சங்க இலக்கியங்களை ஏற்றுக்கொள்பவர்களைத்தான் இவர்கள் தலைவராக ஏற்றுக்கொள்வார்களா? காமராஜர் ஏத்துகிட்டாராமா? அது இல்ல. தமிழ் காட்டுமிராண்டி மொழின்னு பெரியார் சொன் னார். நூறு முறை கேட்கப்படுகிற கேள்வி இது. அவர்தான் உ.வே. சாமிநாத அய்யர், வையாபுரிப் பிள்ளை, பாவாணர் வரை நூற்றுக்

கும் மேற்பட்ட அறிஞர்கள் வாழ்ந்துகொண்டிருந்த காலகட்டத்தில் தமிழுக்கு எழுத்துச் சீர்திருத்தம் வேணும் என்று சொன்னதும், செய்து காட்டியதும். இந்தப் பெருந்தமிழ்ப் புலவர்கள் அல்ல, பெரியார்தான். பெரியார் வாழ்க்கையை வாழ்க்கையாகப் பார்த்த மனிதர். ஆகவே, இவர்கள் ஒத்துக்கொள்ளணும் என்ற அவசியம் இல்ல. அதேபோல பெரியார் சொல்கிற எல்லாவற்றையும் இவர்கள் ஒத்துக்கிறணும்னு அவசியம் இல்ல. இவங்க ஒத்துக்கிறலேன்னா அவர் சிறியார் ஆயிருவாரா?

1937களில் நடந்த இந்தி எதிர்ப்புப் போராட்டத்தைப் பெரியார் ஆதரித்தார். ஆனால், 1960களில் நடந்த இந்தி எதிர்ப்புப் போராட்டத்தை அவர் 'காலிகளின் போராட்டம்' என்கிறார். இந்த முரண்பாடு.

1965இல் நடந்த போராட்டம் அரசியல் அதிகாரத்துக்கு ஆசைப்பட்டவங்களாலே நடத்தப்பட்ட போராட்டம் என அவர் நினைக்கிறார். அதுமட்டும் இல்ல. காமராஜர் கையிலே உள்ள அதிகாரத்தைத் தட்டிப்பறிப்பதாக அமைந்துவிடுமோ என்று அவர் பயந்தார். அவர் பயந்தபடிதான் நடந்தது. அதனாலே அவர் எதிர்த்தார். 1937இல் நடந்த போராட்டம், அது நேரடியா பிராமணர்களோட எதிர்ப்பு ஆதிக்கத்திற்கெதிராக (Pure Hindi) நடந்தது. அப்ப எதிர்த்தார்.

அப்படி என்றால் இந்தி எதிர்ப்பு சரியா? மாணவர் போராட்டம் சரியா?

அப்படிக் கேட்க முடியாது. கேள்விதான் சரியில்ல. இந்தி எதிர்ப்பு சரி. சரியாச் சொன்னா, இந்தி ஆதிக்கம். எல்லா வகையான ஆதிக்கமும் எதிர்க்கப்பட வேண்டியவை. இந்தியும் பல்வேறு வகையான இந்திய மொழிகளைக் கொன்னுட்டுது. இப்போது நாலு நாளைக்கு முன்னால பாட்னாவுக்குப் போய்ட்டுவந்த மனித உரிமை ஆர்வலர் சொன்னார். தமிழ்நாட்டைப்போல இங்க இந்தி எதிர்ப்பு இல்லாததால போஜ்புரி, மைதிலி, அர்த்தமாகதி ஆகிய மொழிகளை நாங்க இழந்துகிட்டிருக்கோம் என்று சொன்னார். இவையெல்லாம் இந்தியைப் போல பிராகிருதத்தின் கிளை மொழிகள். மைதிலி என்ற மொழி பிராமணர்களில் ஒரு பிரிவு உண்டு. இந்த மொழிகள் எல்லாம் இந்தியாவிலே அழிந்துகொண்டிருக்கின்றன என்று அவர்கள் அச்சப்படுகிறார்கள்.

பெரியாரோட 'கடவுள் இல்லை! கடவுள் இல்லை! கடவுள் இல்லவே இல்லை!!!' என்ற முழக்கத்தை இன்றைய இளைஞர்களிடம் எவ்வாறு கொண்டு சேர்ப்பது?

சுய சிந்தனை மூலமாகத்தான் இந்த முழக்கத்தை அவர்கள் புரிந்துகொள்ள வேண்டும். இரண்டாவது, பெரியார் ஏன் முட்டாள்னு சொல்றேன். ஏன் அயோக்கியன்னு சொல்றேன், ஏன் காட்டு மிராண்டினு சொல்றேன்னு பேசியிருக்காரு. நிறைய எழுதியிருக்காரு. அச்சுல வந்துருச்சு. படிச்சுப் பாருங்க.

எளிய மக்களின் கடவுள் நம்பிக்கையைப் பெரியார் சொல்ற கடவுள் மறுப்போடு எவ்வாறு காண்பது?

அந்தக் கடவுள் வேற. இந்தக் கடவுள் வேறன்றதுதான் சிக்கலே. நாட்டார் மக்களுடைய சுடலைமாடனும் காத்தவராயனும் நம்மளைத் தொந்தரவு பண்ற கடவுள் இல்ல. துணை செய்ற கடவுள். அவங்களுடைய நம்பிக்கைப்படி....

கடவுள் இல்லை என்ற திராவிட இயக்கங்களின் பரப்புரை தொடர்ந்தாலும், இளைஞர்களின் மனப்போக்கு மாறாமல் இருப்பதற்கான காரணம் என்ன?

ஊடகங்களோட செல்வாக்கு. அதை எதிர்கொள்கிற அளவுக்குப் பெரியார் இயக்கங்களுக்கு வலிமை இல்லை. வீரமணியும் 10 படம் எடுத்தார்னா நல்லாருக்கும்.

சிறு தெய்வ வழிபாடு, பெருந்தெய்வ வழிபாடு என்பதை இடது சாரிகள் ஒன்றாகப் பார்த்து பக்தின்றதே மூடநம்பிக்கை என்கிறார்கள். அதுகுறித்து...

இடதுசாரிகள் யார்? இடதுசாரிகள்ல பண்பாட்டு ஆய்வாளர்கள் இடதுசாரியா இருக்க முடியாது. இவங்க தமிழ்னு திராவிடம்னு பேசுற எல்லாவற்றையும் கொட்டிக் கவிழ்க்கிறாங்க. இவர்கள் எல்லாவற்றையும் ஒரு வெறுப்போடயே அணுகுகிறார்கள். தென் தமிழ்நாட்டையும், தென் தமிழ்நாட்டு மக்கள் பண்பாட்டையும் இடதுசாரிகள் அடி மனதிலே வெறுப்போட அணுகுகிறார்கள். கேட்டா அவங்கதான் மக்களைக் காதலிக்கிறவங்க மாதிரி பேசுவாங்க. அதுதான் எல்லா வகையான சீர்கேடுகளுக்கும் வழிவகுக்குது. அவங்க பெரியாரைப் புரிஞ்சுக்காமதான் நிறைய காலம் இருந்தாங்க.

பகுத்தறிவு சிகரம் ஈ.வெ.ரா.னு ஒரு புத்தகம் 1953–1954 இல் தொழிற்சங்கத் தலைவர், இவ்வளவுக்கும் ஐயங்கார் அவரு. கட்சி அத ஏற்றெடுத்துக்கூட பார்க்கல. இன்னைக்குப் பெரியார் 150வது விழாவக் கொண்டாட வேண்டிய கட்டாயத் தேவை இருக்கிறது. வாக்கு வங்கி காரணமாகப் பெரியாரை நிராகரிக்க முடியாது என்ற நிலை. ஏற்றுக்கொண்டதைப் போல பாவனை செய்கிறார்கள். வேறொன்னும் வேண்டாங்க. இடதுசாரி இயக்கத்திலே உள்ளவர்கள் பெரியார் இயக்கத்திலே உள்ளவர்களைப் போன்று சாதி மறுப்புத் திருமணம் பண்றாங்களா, இல்லையே!

✸

தமிழ்த் தேசியம்

தமிழ்த் தேசியவாதிகளில் சிலர் தூய தமிழ்ச் சாதிகள்தான் ஆட்சிக்கு வரணும் என்று குரலெழுப்புவதை எப்படிப் பார்ப்பது?

பதிமூன்றாம் நூற்றாண்டிலே இருந்து ஆட்சியதிகாரம் தமிழ் பேசாத அன்னிய சாதிக்காரரர்கள் கையிலே இருந்தது. இன்றும் தொடர்கிறது. ஜெயலலிதா கன்னடம் பேசுபவர், எம்.ஜி.ஆர். மலை யாளம் பேசுபவர். அப்படி வரும்போது ஒரு சந்தேகம் வரத்தானே செய்யும். தமிழ்த் தேசியவாதிகளுக்கு அந்தச் சந்தேகம் நிரம்ப வருகிறது. இல்லையென்றால் தமிழ் பயிற்று மொழியாக வந்திருக்கும் என்று அவர்கள் நம்புகிறார்கள். இன்னொரு கருத்து. கலப்பே இல்லாத Air tight compartment ஆக ஒரு இனம் இருக்க முடியாது. காற்றுப் போகாத ஒரு அடைப்பிற்குள் மொழியை வைத்துப் பாதுகாக்க முடியாது.

இன்றைய அரசியல் சூழல் என்பதே, அதிகாரத்தை நோக்கித்தான் நகர்கிறது. இந்த அதிகாரம் சார்ந்த நகர்வு மக்கள் மீது அக்கறை கொண்டவர்களிடம் ஒரு அச்சத்தை ஏற்படுத்துகிறது என்று கூறலாமா?

எல்லாத் துறைகளிலும் அதிகாரத்தைக் கட்டமைக்க மனிதன் முயல்கிறான். இந்த அதிகாரத்துக்கு ஆசைப்படுதல் என்பதே இங்கே ஒரு கலாச்சாரமாகிவிட்டது. திரைப்படத்துறையாக இருந்தாலும் சரிதான். ஒரு மருத்துவக் கல்லூரியாக இருந்தாலும் சரிதான். ஒரு மருத்துவக் கல்லூரி பணியாளர்களாக இருந்தாலும் சரிதான். அவர் சொன்னாத்தான் எல்லா டாக்டர்களும் கேட்பாங்க அப்படிங் கிறாங்க. ஒரு அதிகாரத்தை நோக்கிய நகர்வு இருக்கிறதே அது ஒட்டுமொத்தமாக மானுட விடுதலைக்கு எதிரானது. யார் எந்த வட்டத்துக்குள்ளே இதைச் செய்தாலும் இது எதிரானது. எந்த வகையான அதிகாரத்தையும் நாம எதிர்க்க வேண்டும். பெரியார் அதைத்தான் செஞ்சாரு. அவர் 'எதிர்ப்பு மாநாடு' தான் நிறைய நடத்துனாரு.

தமிழ் ஆர்வம் என்பதைத் தாண்டி, தமிழ்த் தேசியம் ஒரு பாசிசப் போக்கை நோக்கி நகர்வது போலத் தெரிகிறது. அது குறித்து...

இந்த சந்தேகம் உருவாவதற்கு யார் காரணமானார்களோ அவர்கள் பெரிய மக்கள் தலைவர்கள் இல்ல. ஊடகங்களிலே அவர்களுடைய பெயரும் முகமும் அடிக்கடி அடிபடுகிறது என்பதைத் தவிர பெரிய தலைவர்கள் இல்லை. அதனால் அவர்களுடைய கருத்துகள் சாதாரண மக்களை எட்டும் என நான் நம்பல.

ஆரியம், திராவிடம் எனப் பூச்சாண்டி காட்டித் தமிழைக் கீழ் நிலைக்குக் கொண்டு வந்தது தெலுங்கு, கன்னட வந்தேறிகள்தான் எனச் சில தமிழறிஞர்கள் கூறுவதில் உண்மை உள்ளதா?

பல குற்றச்சாட்டுகளுக்குக் காரணம் வந்து Local obsessionன் பாங்க. உள்ளூர்க்காரன் மாதிரி சொந்தக் காரணம். நல்ல உதாரணம் சொல்ல வேண்டும்னா குணா. பெங்களூர்ல கன்னடர்களுக்கு மத்தியிலே வாழ்ந்த அவரு எதற்கெடுத்தாலும் கன்னட எதிர்ப்புதான். ஏன்னா அவருக்கு லோக்கல் ஆப்செஷன் (local obsession). அவருடைய கருத்துக்களை நாம எடுத்துக்கிட முடியாது. அது அப்படித் தான் இருக்கும். விட்டுட்டுப் போயிட வேண்டியதுதான். பெரியாரைக் கன்னடர்னு முதல்ல பேசுனது அவர்தான். அவர் பெங்களூர்ல இருக்காரு. இவர மாதிரி கருத்தோட்டம் உடையவர்கள் தமிழன்க பாக்குறாங்க. இதான் இதற்கான வேறுபாடு.

தமிழ்த் தேசிய உருவாக்கம் குறித்து...

19ஆம் நூற்றாண்டுலதான் தமிழ்த் தேசியம்கிற கருத்தாக்கம் வருது. தமிழ்த் தேசிய உருவாக்கத்திற்குத் திருக்குறளின் பங்கு பற்றி நான் ஒரு கட்டுரை எழுதியிருக்கேன். வெள்ளைக்காரங்க வந்த பிறகுதான் சாதி, மதத்துக்கு அப்பாலே ஒரு இலக்கியம் இருக்குன்னு அவங்க திருக்குறள கண்டுபிடிச்சாங்க. அதைக் கொண்டாடுனாங்க. அப்புறம்தான் நாம அதைக் கொண்டாட ஆரம்பிச்சோம். ஆங்கிலேய கல்வியும், ஆங்கிலேய அறிவும்தான் தமிழ்த் தேசிய உருவாக்கத்திற்குக் காரணம். மருத்துவக் கல்லூரிகளிலே தமிழைப் பாடமொழியாக வைக்க வேண்டும் என்று ஒரு வெள்ளைக்காரன் 'சாமன் பிரிஸ்கி' புத்தகம் எழுதுனாரு தமிழ்ல. அவன என்ன சொல்றது. வீதிதோறும் தமிழ்ப் பள்ளிக்கூடங்களில் போட்டு ஐரோப்பிய சாத்திரங்களை எல்லாம் தமிழிலே சொல்லிக்கொடுக்க ஏற்பாடு செய்ய வேண்டும்

என்று சொன்னான் பாரதி. அவன என்ன பண்றது? 'தமிழச்சியைத் தவிர வேறு சாதிக்காரர்கள் அழகாயிருந்தால் எனக்குப் பொறுக்க வில்லையடா தம்பி' என எழுதுனானே அவன விடவா பெரிய தமிழ்த் தேசியவாதி வேண்டும்.

தமிழகத்தின் பொற்காலமாகச் சோழர் காலத்தையும், இருண்ட காலமாகக் களப்பிரர் காலத்தையும் வரலாறு கட்டமைத்துள்ளது. களப்பிரர் குறித்த பதிவை வரலாற்றாய்வாளர் மயிலை சீனி. வேங்கட சாமி தவிர பொ. வேல்சாமி மற்றும் கார்த்திகேசு சிவத்தம்பி என வெகு சிலரே பேசியுள்ளனர். களப்பிரர்கள் என்பவர்கள் யார்? அவர்களது வரலாற்றுப் பின்னணி என்ன? தமிழகத்தின் பொற்காலமாக எந்தக் காலத்தைக் குறிப்பிடலாம்?

தமிழகத்துக்கு வெளியிலேயிருந்து வந்து தமிழ் மக்களோடு கலந்துவிட்ட ஒரு கூட்டம்தான் களப்பிரர்கள். அவர்கள் கலந்து விட்டவர்கள் என்பதற்கு அடையாளம். இன்றைக்கும் 'களப்பாட ராயர்' என்ற பெயர் பல குடும்பங்களுக்கு இருக்கு. எல்லா மாவட்டங்களிலும் 'களப்பாளன் குளம்' என ஒன்றிருக்கிறது. எனவே அவர்கள் வெளியிலிருந்து வந்து தமிழ் மக்களோடு கலந்துவிட்டவர்கள் பல்லவர்களைப் போல. அந்தக் காலத்தை இருண்ட காலம் என்பது வேளாளர்களின் கட்டமைவு. அவர்கள்தான் அந்தக் கருத்தைப் பரவலாக்கினார்கள்.

களப்பிரர்கள் காலத்தில் தமிழ் மொழியின் வளர்ச்சி குறித்து....

களப்பிரர் காலத்திலும் தமிழ் இலக்கியங்கள் இருந்தது. அதை நடன. காசிநாதன், மயிலை சீனி. வேங்கடசாமி எழுதியிருக்காங்க. இவர்கள் சொல்வதுபோல இருண்டகாலம் அல்ல என்பதற்கு நான் சொல்ல வந்தேன்.

இருண்ட காலம்னு ஏன் சொல்றாங்க?

அறியப்பட்ட பேரிலக்கியம் எதுவும் அந்தக் காலத்திலே பிறக்கல. கம்பராமாயணம் மாதிரி, திருக்குறள் மாதிரி.

பிரம்மதேயங்களைப் பறித்தார்கள் என்று சொல்கிறார்களே?

களப்பிரர் காலம் முடிந்தபிறகு சின்னமனூர் செப்பேட்ல ஒரு சின்னச்செய்தி இருக்கு. அத வெச்சுக்கிட்டு இவர்கள் பிம்பங்களாகக்

கட்டுவதுபோலக் கட்டுகிறார்கள், களப்பிரர்கள் வந்து பிராமணர்களுடைய பிரம்மதேயங்களைப் பறித்தார்கள் என்று. அப்படி இல்ல. களப்பிரர்கள் சமண ஆதரவு கொண்டவர்களாக இருந்திருக்கிறார்கள். இயல்பாகவே அவர்கள் வைதீகத்திற்கு மாற்று நிலையிலே இருந்தவர்கள். இதை வைத்துக்கொண்டு களப்பிரர்கள் தமிழ் மன்னர்கள் அல்ல. தமிழர்களுக்கு எதிரானவர்கள் என்று கட்டமைப்புச் செய்கிறார்கள். தொடக்கக் கால வேளாள ஆய்வாளர்கள் செய்த வேலை இது.

களப்பிரர்கள் ஆட்சிக்காலத்தில் குறிப்பிட்டுச் சொல்லக்கூடிய மன்னர் பெயர் ஏதாவது உள்ளதா?

போதுமான அளவிற்குச் சான்று கிடைக்கலன்றதுதான் வருத்தமான செய்தி.

✳

நாட்டார் வழக்காற்றியல்

நாட்டார் வழக்காற்றியல் குறித்து பெரியாரின் பார்வை என்ன?

நாட்டார் வழக்காறு பற்றிய தன்னுணர்ச்சி பெரியார் காலத்துல தமிழனுக்கு இல்ல. பெரியார் மறைஞ்சு கிட்டத்தட்ட 50 ஆண்டுகள் ஆகுது. அதற்குப் பிறகுதான் அந்தத் துறை ஒரு அறிவுத் துறையாக வளர ஆரம்பிக்குது. அதுபற்றி பெரியார் என்ன கருதினார்னு கேட்கவே முடியாது. ஏன்னா அவர் காலத்துல அது இல்ல. பிறக்காத கொழந்தையைப் பற்றிப் பேசற மாதிரிதான். நாட்டார் வழக்காற்றியல் துறை பெரியாரை எப்படிப் பார்க்குதுன்னு வேணா கேட்கலாம்?

சரிதான் ஐயா, நாட்டார் வழக்காற்றியலையும் பெரியாரியலையும் ஒரு புள்ளியில் இணைக்கும் பண்பாட்டு மானுட ஆய்வாளரான, தொ.ப. பெரியாரை எப்படிப் பார்க்கிறார்?

பெரியார், பிள்ளையார் சிலையை உடைச்சாரு. காத்தவராயன், சுடலை மாடன் சிலையை உடைச்சாரா? காத்தவராயன், சுடலை மாடன் வழிபாட்ல அதிகாரக் கட்டுமானம் இல்லை. திருவிழா நடந்த 30 நாள் கழிச்சு அந்தக் கோயிலப் போய்ப் பார்த்தா அந்த மண்ணாலான பீடம் மறுபடியும் மழைல கரைஞ்சு மண் மேடாத் தான் கிடக்கும்.

மறுபடி அடுத்தாண்டு திருவிழாவின்போது ரீஜெனரேட் ஆகும். ஆகம வழிபட்ட, பிராமண அதிகாரத்திற்கு உட்பட்ட கோயில்கள் விழுந்தா விழுந்ததுதான். எந்திருக்கவே எந்திருக்காது. எழுந்தாலும் காட்சிப் பொருளாத்தான் இருக்கும்.

நாட்டுப்புறத் தெய்வங்கள் மலையாளத்திலிருந்து வந்ததாகச் சொல் வதற்கான காரணம்?

நாட்டார் தெய்வங்களின் வாகனம் பெரும்பாலும் நீர்தான். சாமியாடிகள் தலையிலே கரகம் வைத்து ஆடுகிறபோது அந்தக் கரகத்துக்குள்ள இருக்கிற தண்ணீரிலே அந்தத் தெய்வத்தினுடைய

ஸ்பிரிட்சுவல் எஸ்சன்ஸ் அடங்கி இருப்பதாக நம்பிக்கை. தண்ணீரெல்லாம் மேற்கிலிருந்து கிழக்கு நோக்கி ஓடுகிற ஆறுகளின் வழியாக நமக்குக் கிடைக்கின்றன. எனவே, தெய்வங்கள் மேற்கிலிருந்து கிழக்கு நோக்கி வந்தன என்ற நம்பிக்கையும் உருவானது.

நாட்டார் வழக்கில் மனிதனுக்கும் தெய்வத்திற்குமான உறவு குறித்து..?

மனித உறவுகளை மீறிய உறவு இல்ல. சாமியாடுகிற அந்தப் பத்து நிமிட நேரம் மட்டும்தான் அவன் சாமியாடி. டேய்னு யாரை யும் பார்த்துக் கூப்பிட முடியும். பத்தாவது நிமிடம் சாமி மலை யேறிட்டாருன்னா, டேய் மாப்ளனு இவன் கூப்டுருவான். நிரந்தர அதிகாரம் ஏதும் சாமியாடிகள் கையில இல்லை.

கோயிலில் தேங்காய் உடைப்பதை எவ்வாறு காண்பது?

மானுடவியல் நோக்குல அதைப் பார்க்கணும். நான் அதைப் பத்தி சிந்திச்சுருக்கேன். எனக்கென்னவோ அது நரபலியினுடைய தொடர்ச்சியாப் பார்க்குறேன். உள்ள தண்ணியிருக்குது. பெண் வயிறு. அப்படி நான் பார்க்குறேன். இதைத் தெளிவாச் சொல்ல முடியாது. நாம கோயிலுக்குள்ள தேங்காயக் கொண்டுபோய் உடைக்குறோம்ல. அப்புறம் தெருவுல சப்பரம் வரும்போது தேங்காய் உடைக்குறோம். ஆராதனைக்கு பிராமணர்கள் வாழைப்பழம், வெத்தலைதான் வைப்பாங்க. தவிர தேங்காய் உடைக்க மாட்டாங்க.

கடவுளுக்கும் தெய்வத்துக்குமான வித்தியாசம் என்ன?

தெய்வம் கூட இருக்கிறது. உதவி பண்றது, கூட வர்றது. தெய்வம்கிற சொல் பழைய திராவிட வேர்ச்சொல். தெய்யாட்டம்னு மலையாளத்துல ஒரு ஆட்டம் இருக்கு. தெய்வத்துக்கு ஆடுகிற ஆட்டம். ஆடியும், பாடியும் இயற்கை சார்ந்த, இயற்கையை மீறிய ஒன்றை வழிபட்டதுதான் தெய்வம்.

அரசுகள் உருவாக்கத்தின்போதுதான் மதங்கள் உருவாகுது. அப்ப அந்தத் தெய்வ வழிபாடுகள் எல்லாம் சேர்த்து மதமாக்குறான். சிவபெருமானே ஒரு Tribal chieftain, அதாவது பழங்குடியைச் சேர்ந்த குறுநிலத் தலைவன் அப்படிம்பாரு நாட்டார் வழக்காற்றியல் வகுப்பெடுத்த பேராசிரியர். சிவபெருமான் தலையில மாட்டுக் கொம்பு இருக்கு. ஊமத்தம் பூ இருக்கு.

ஒரு இனக்குழுத் தலைவன் தன்னை எப்படி அலங்கரித்துக் கொள்கிறானோ அந்த மாதிரிதான் இருக்கு. அரப்பால இருந்த

பசுபதி வழிபாடும் அப்படித்தான் என்பார் பாண்டு என்னும் நாட்டுப்புற ஆய்வாளர்.

மயானக் கொள்ளை திருவிழாவை எப்படிப் புரிந்துகொள்வது...

காளி என்பதே மயானத்து தேவதைதான். மசானம், தென் தமிழ்நாடு முழுவதும் பெண் தெய்வ வழிபாடாக இருக்கிறது காளி. வட தமிழ்நாட்டிலே காளன் என்ற ஆண் தெய்வ வழிபாடாகவும் காளி என்ற பெண் தெய்வ வழிபாடாகவும் இருக்கிறது. இந்த மயானக் கொள்ளை, மசானக் கொள்ளைதான். மயானத்திலே நடத்துறாங்க. கோவை மாசாணியம்மன் திருவிழாவும் இதோடு தொடர்புடையதுதான்.

பங்காரு அம்மன் வழிபாடு குறித்து?

பங்காரு தெலுங்கு கடவுள். பங்காருன்னா தங்கம்னு அர்த்தம். தமிழ்நாட்டிலே பங்காரு என்கிற பெயர் அதிகமாகப் பொற்கொல்லர் சாதியினர்தான் வைத்திருப்பார்கள். தெலுங்கு மொழிச் சொல். பங்காரு பத்தர், காமாட்சி பேரும் அவங்கதான் அதிகமாச் சொல் வாங்க.

உஜ்ஜைனி மாகாளி...

உஜ்ஜைனியிலிருந்து அது இங்கே வந்திருக்கிறது. காளிதாசருக்கு அருள் செய்த காளி அவதான். இங்கே தமிழ் உஞ்சனை என்று சொல்லியிருக்கிறார்கள். சாதிக் கலவரத்திற்குப் புகழ்பெற்ற தேவ கோட்டை உஞ்சனை வந்து உஜ்ஜைனிதான். கல்வெட்டுகள்ல உஞ் சனைதான் இருக்கு. தேவாரத்துல பதிவு பண்ணியிருக்காங்க. உஞ் சனை மாகாளம்தான். உஞ்சனைலயிருந்து வந்த வழிபாட்டு இயக்கம் தான் உச்சினி மாகாளியம்மன். காளம் என்றால் வெப்பமான தரை. சுடுகாட்டுத்தரையில் உள்ளவள் என்பதாலே காளி என்று பெயர்.

சிறுதெய்வ பலி கொடுப்பது எந்தக் காலகட்டத்துல தொடங்குகிறது?

வட்டார வேறுபாடுகளும், சாதி வேறுபாடுகளும் இதில் இருக் கிறது. பெரும்பாலும் மாசி முதல் ஆடி வரை உள்ள வேளாண்மை வேலைகள் குறைவாக இருக்கிற காலத்துலதான் சிறுதெய்வங்களோட திருவிழாக்கள் நடக்கும். அப்பத்தான் அவங்க உயிர்ப்பலி கொடுப் பாங்க. விதிவிலக்கா வேறு வேறு இருக்கலாம். கார்த்திகை மாதம்

உயிர்ப்பலி கொடுக்கிற கோயில்களும் இருக்கு. கற்குவேல் அய்ய னாருக்குக் கார்த்திகை மாதம்தான் உயிர்ப்பலி கொடுக்கப்படுது.

சிறுதெய்வக் கோயில்களின் திருவிழாக்கள் மாசி மாதம், நெல்லை, குமரி மாவட்டங்களில் பங்குனி மாதங்களில் நடைபெறுவதற்கான காரணம் என்ன?

மழையைக் கொண்டுதான் வட தமிழ்நாடும் தெற்கு கடைசியில் உள்ள தமிழ்நாடும் வேறுபடுகிறது. இங்கே பங்குனி உத்திரம் பெரும் மரியாதையைப் பெறுகிறது. அங்கே சிவராத்திரி பெறுகிறது. கோவில்பட்டி தாண்டி பங்குனி உத்திரம் கொண்டாடப்படுவது இல்ல. ஆனா ஒரு காலத்திலே பங்குனி உத்திரம் தமிழ்நாடு முழுவதும் கொண்டாடப்பட்டு இருக்கிறது என்று தெரிகிறது. திருச்சியிலே பங்குனி உத்திரம் கொண்டாடப்பட்டு இருக்கிறது. ஆனால், அந்தப் பக்கம் மாசிக் களரி என்று சொல்வார்கள். மாசிக் களரி என்று சொல்லப்படுகிற சிவராத்திரிதான் கொண்டாடப் படுகிறது. பங்குனி உத்திரம் தென் தமிழ்நாட்டிலேதான் கொண்டா டப்படுகிறது. காரணம் பஞ்சாங்கம். அங்கும் இங்கும் வேறு வேறு பஞ்சாங்கம். தென்மேற்குப் பருவக் காற்றினாலே மழை வளம் பெறுது. அது வடகிழக்குப் பருவக் காற்றினாலே மழை பெறுகிறது. இதுதான் வேறுபாட்டிற்கான காரணம்.

முருகு இறங்குதல், வெறியாடல் என்ற சொல்லாடலுக்கான முழு விளக்கம்?

வேலன், வெறியாடல் என்பது excite danceதான். வேலன்மார்னே ஒரு சாதி இன்னும் கேரளால இருக்குங்க, வேலன் வெறியாடுதல்னா களமிழைத்து வெறியாடுவான். அத்தப்பூ கோலம் மாதிரி ஒரு கோலம் போட்டு அதற்குப் பேர்தான் களம். அதுமேல நின்னுதான் வேலம் ஆடுவான். வெறியாட்டம் என்பது சாமியாட்டம்தான். அப்படித்தான் தொடங்கியிருக்கு. முருக வழிபாடு போய், வள்ளி வழிபாடு வந்துருச்சு. வள்ளிங்கிற பெண் தெய்வம் Scene ஐ Dominate பண்ணிருச்சு. காட்சியைத் தனதாக்கிக் கொண்டது வள்ளி.

முருகன் வைதீகமாகப் போனான். அதுக்குத் தகுந்தாப்ல தெய்வானைன்னு ஒரு வைதீகப் பெண்ணைக் கல்யாணம் பண்ணி வச்சாங்க. அதனால முருகன் பிராமணன் ஆயிட்டான். வள்ளி குறத்தியா நிக்குறா. தொல் பழங்காலத்துல இருந்து வருதுங்க. வள்ளுவர் தெய்யாட்டம் சொன்னாருல்ல இதத்தான். வேலனுக்கு கோட்டங்கள் இருந்தன. கோட்டங்கள் என்பது வட்ட வடிவ கோயில்கள். பழங்குடி மக்களோட கோயில் எல்லாம் வட்ட வடிவுல தான் இருக்கும். அணங்குடை முருகன் கோட்டம்னு இதத்தான்

பதிவு பண்றாங்க. முருகன் கோட்டத்துல அணங்குன்னா மோகினின்னு அர்த்தம். வருத்து அப்படிங்கிறதுதான் மோகினி. அழகாலே வருத்தப்படுறது. அதான் அணங்கு. அணங்குதல் வருத்தப்படுத்தல்னு அர்த்தம். வணங்குதல்னா மகிழ்ச்சிபடுத்துதல்னு அர்த்தம்.

அணங்குகொல் ஆய்மயில் கொல்லோ கனங்குழை
மாதர்கொல் மாலும்என் நெஞ்சு

அப்டின்னு திருவள்ளுவர் இதத்தான் குறிப்பிடுகிறார்.

தமிழ் வழிபாட்டு நெறிமுறைகளில் மேல்மருவத்தூர் பங்காரு அடிகளார் ஏற்படுத்திய மாற்றம் குறித்து...

பங்காரு ஒரு விதிவிலக்காகப் பேசப்பட வேண்டிய Cult. வழிபாட்டு நிலை. ஏனென்றால் மாதவிலக்கு என்று சொல்லக்கூடிய தீட்டு பழங்குடி மக்களிடத்திலேகூட இருக்கிறது. குறிப்பா இன்றுவரை அந்தத் தீட்டைக் கடைப்பிடிக்கக் கூடியவர்கள் பழங்குடி மக்களும், பார்ப்பனர்களும்தான். இதை உடைத்தார் பங்காரு சாமியார். இது இயற்கை. பெண்களுக்கு அது எவ்வளவு மனத் தடையாக இருந்தது என்பது இன்று அங்கு கூடுகிற கூட்டத்தைப் பார்த்தால் தெரியும். அதற்காகவே அவர் சிவப்பு சேலையைச் சீருடைபோல ஆக்குகிறார். பங்காரு கோயிலில் 99 விழுக்காடு பெண்கள்தானே. ஒரு விழுக்காடுதானே ஆண்கள் இருக்கிறார்கள். இந்தத் தீட்டை அவர் உடைத்ததுதான் காரணம்.

தற்போது பங்காரு அடிகளாரின் ஆதிபராசக்தி கோயிலும் அதிகாரத்தை நோக்கி நகர்கிற மாதிரி ஒரு தோற்றம் வருகிறதே...

அப்படித்தானே இருக்கும். எல்லா ஆன்மீக நிறுவனங்களும் அப்படித்தான் இருக்கும். இது பொது விதி. பங்காரு பொறியியல் கல்லூரி வைத்திருக்கிறார். மருத்துவக் கல்லூரி வைத்திருக்கிறார். அது அப்படித்தான் இருக்கும். அளவுக்கு மீறிய சொத்துடமை பௌத்தத்தையே சீரழித்தபோது பங்காருவைச் சீரழிக்காதா?

வைணவம், நாட்டார் மரபு இரண்டுக்குமான மையப்புள்ளி எது?

தொடர்புனு இல்ல. வைணவம் தன் நிலையிலிருந்து கீழ இறங்கி நாட்டார் மக்களோடு சமரசம் செய்துகொண்டது. அதன் விளைவாகத்தான் ஸ்ரீரங்கம் கோயிலுக்குள்ள துலுக்க நாச்சியார் சன்னதி இருக்கு.

இதுக்குக் காரணம் தங்கள் வாழ்வை உத்திரவாதப்படுத்திக் கொள்வதுதான். இராமானுஜர் அதைத்தான் செஞ்சாரு. பிராமண ரல்லாதவர்களைக் கூட்டிட்டுப் போகலேன்னா வைணவம் வாழா

நற்றிணை பதிப்பகம் ❖ 71

துன்னு அவர் முடிவு பண்ணி எல்லாத்தையும் மாத்துனாரு. அது தான் அவருடைய பெரிய புரட்சி.

தமிழகத்தோட தொன்மையான வாய்மொழி இலக்கியங்கள் கதைப் பாடல்களா மாறுது. இதனுடைய தோற்றம் எவ்வாறு?

அது எழுத்துமரபு உருவாவதற்கு முன்னே வாய்மொழி மரபுதானே உருவாயிருக்கும். அதுதானே. ஆனால் எப்போதுன்னு சொல்ல முடியாது. Folk memory sort lived, அதாவது நாட்டார் மரபு கள் நினைவுகள் ரொம்பக் குறுகிய காலத்தவை.

கதைப் பாடல் ஆய்வு தமிழகத்தில் எந்தளவிற்கு உள்ளது?

தமிழில் கதைப்பாடல்கள்னு ஒருத்தர் பண்ணியிருக்கார். உலகத் தமிழ் ஆராய்ச்சி நிறுவனத்துல இருந்து ஒரு புத்தகம் வந்துருக்கு. தமிழ் வில்லுப்பாட்டுகள் ஒன்னு வந்துருக்கு. PERFORMANCE AS PARADIGMA: RHYTHM IN A TAMIL ORAL TRADITION அப்படின்னு ஒரு புத்தகத்தை Stuart Blackburnன்னு ஒரு நூல ஒரு வெள்ளைக்காரர் எழுதியிருக்கார் வில்லுப் பாட்டுகளப் பத்தி Folk lore ஆய்வுகள் நிறைய வந்துருக்கு.

தமிழ்ச் சமூகத்துல பாணர்கள், நாடோடிகள் பற்றி?

பாணர்கள் இசைக்கார சாதி. அப்புறம் எல்லாம் போச்சு. இசைக் கருவிகள் செய்ய வந்தாங்க. இசையும் போச்சு, இசைக் கருவிகளும் போச்சு. தோல் தைக்கிற ஊசி மட்டும்தான் மிஞ்சிச்சு. துன்னூசி. அப்புறம் அதுவும் போயி வெள்ளைக்காரர்கள் கொண்டுவந்த ஊசியும், தையல் மெஷினும் வந்துச்சு. தெருவில தையல் மெஷின் கருவியத் தூக்கிட்டு வந்தவங்க பாணர்கள்தான். இந்த ஊர்ல இருக்காங்க. திருநீலகண்ட பிள்ளையார் தெருன்னு ஒன்னு இருக்கு. பாணர்கள் 50, 60 குடும்பமா இருக்கும். ஒரு ஊசியக் கையில எடுத்துட்டாங்க. அது பெரிய ஊசி கொழுத்துன்னூசி, சின்ன ஊசி கைல எடுத்து தைத்தார்கள். இன்றைக்கு பாணர்கள் நிலைமை அதுதான். எவருக்கும் இசை தெரியாது.

தமிழர்களோட வரலாறு முழுக்கப் பாடல்களாக அமைந்தது எப்படி?

பாடல்களாகப் பதிவு பண்ணப்படுதுன்னா உரைநடை வளர்ச்சி இல்ல. பாடல்களின் காலம் முடிந்து உரைநடையின் காலம் ஆரம் பிக்குதுன்ற தன்னுணர்ச்சிகூட அந்தக் காலத்துல இல்ல. அதனால தான் மனோன்மணியம் மீனாட்சிசுந்தரம் பிள்ளை ஐரோப்பிய

தத்துவங்களைக் கரைச்சு குடிச்சவர். தன்னுடைய நூலைப் பாடலாக எழுதுகிறார். உரைநடையின் காலம் தொடங்கி பாடல்களின் காலம் முடிந்துவிட்டது என அவருக்கும் தெரியல.

சங்க இலக்கியம் மேலோர் மரபு என்று கருதப்படுவதன் காரணம் என்ன?

பெரிய வேறுபாடுகளும், பிளவுகளும் இல்லாத காலம் சங்க இலக்கியம் பிறந்த காலம். பிறந்த காலத்துப் பண்புகளோடதான் அந்த இலக்கியம் இருக்கு. சங்க இலக்கிய காலத்துப் பண்புகள்தான் அவை பிறந்த காலத்துப் பண்புகள்.

சங்க இலக்கியம் உழைக்கும், ஒடுக்கப்பட்ட மக்களோட வாழ்வைச் சரியா பிரதிபலிக்கவில்லை என்ற குற்றச்சாட்டு குறித்து...

உங்க காலத்து அளவுகோலைக் கொண்டு சங்க காலத்தை அளக்க முடியாது. தஞ்சாவூர் கோபுரத்த உங்களுடைய மீட்டர் ஸ்கேல் வச்சு அளந்து பார்த்தா சரியா வருமா? அவன் காலத்துல அதுக்குன்னு ஒரு அளவுகோல் இருக்கு. வேற ஒண்ணும் வேணாம். தாத்தா காலத்துல கட்டப்பட்ட வீடுகளே தச்சு முழத்துல கட்டப் பட்டது. ஒரு தச்சு முழம் 33 அங்குலம். அடி ஸ்கேல் வச்சுக் கட்டல. காலந்தோறும் அளவுகோல்கள் மாறுபடுது. அப்ப அந்தந்தக் காலத்து அளவுகோலாக வச்சுத்தான் அத அளக்கணும். சில கோயில்கள்ல கோயில் கட்றபோது கோயில் எந்தக் ஸ்கேல் வச்சு கட்டுனானோ அதக் கல்லுல அடிச்சு வச்சுருக்குறான். தமிழ்நாட்டுல அப்படி ஒரு பத்துக் கோயிலாவது இருக்கும். அழகர் கோயில்லயே இருக்கு. திருமாலிருஞ்சோலை நின்றான் விமானத்த கட்றபோது அந்த ஸ்கேல் கிட்டத்தட்ட 33–35 அங்குலம் வரும். தஞ்சாவூர் கோயில் என்ன ஸ்கேல்? காலந்தோறும் ஸ்கேல் மாறுது.

✸

கோயில்

முனைவர் சுந்தர் காளியுடனான உரையாடலில் ஒரு கட்டத்தில் பெருங்கோயில்கள் முடிவுக்கு வரும் என நம்பிக்கையுடன் குறிப் பிட்டுள்ளீர்கள். பெருங்கோயில்கள் முடிவுக்கு வரும் என்று எப்படிக் குறிப்பிடுகிறீர்கள்?

அவைகளை இனி பேணுவதற்கான செலவுகளை மக்கள் ஏற்கத் தயாராக இல்லை. அரசும் தயாராக இல்லை. விதிவிலக்காகத் தென்காசி கோயில்போல கட்டலாம். அவ்வளவுதான். தென்காசி கோயில்போல கட்டப்பட வேண்டிய கோயில் 500, 1000 இருக்கு. எல்லாத்துக்கும் அரசும் செலவழிக்காது. மக்களும் செலவழிக்க மாட்டாங்க. அவைகள் பாழடைஞ்சு போகும். என்னோட கள ஆய்வுல நிறையப் பார்த்திருக்கேன். இப்பக்கூட கள்ளிக்கோட்டை பக்கத்துல முத்துநாகபுரம் கோயிலைச் சுற்றி வயல்தான். ஊரே கிடையாது. வயலுக்கு நடுவுல ஒரு கோயில். அப்படி ஆயிரம் கோயிலாவது தமிழ்நாட்டிலே பார்க்கலாம். சனங்கள் கோயில விட்டு விலகிட்டாங்க. கோயில் அனாதையா இடிஞ்சி போயிடுது.

பெண்கள் கோயிலைப் பராமரிப்பதற்கும், பெருந்தெய்வக் கோயில் கள் பராமரிப்புக்குமான வித்தியாசம்.

பெருந்தெய்வக் கோயில் பராமரிப்பு இப்ப பெண்கள்ட்ட இல்லையே. நாட்டார் தெய்வக் கோயில்களப் பெண்கள் பராமரிக் குறாங்க இல்லையா.

வடநாட்டுப் பிராமணர்கள் தமிழ்நாட்டுக்கு வரும்போது பெண் களோடு வரவில்லை. தமிழகத்தில் பெண் எடுத்தார்கள் எனும்போது தமிழே அவர்களது தாய்மொழியாகிறது. ஆனாலும் சமஸ்கிருதத்தையும், இந்தியையும் தூக்கிப் பிடிப்பதற்கான காரணம் என்ன?

இது நம்ம மொழி இல்லேங்கிற நெனப்பு அவனுக்கு இருக்கு. பெண்களுக்கு அவங்க சமஸ்கிருதம் கத்துக்கொடுக்கல. மெட்ராஸ் யுனிவர்சிட்டில சான்ஸ்கிரிட் டிபார்ட்மென்ட் 1900லேயே ஆரம்பிச்

சுட்டாக்கூட ரொம்பக் காலம் சான்ஸ்கிரிட்ல பெண்கள் சேர்றதில்ல. பெண்கள் சமஸ்கிருதம் கத்துக்கிற கூடாதுன்றதுல தெளிவா இருந்தான். ஏன்னா, அது ஆண் மொழி. ஆணாதிக்க மொழி. வீட்டு மொழியாக இல்லாம போச்சு. வீட்டு மொழியா இல்லாம போனா அவ்வளவுதான்.

பெண் தெய்வக் கோயில்கள் வடக்கு நோக்கியும், ஆண் தெய்வக் கோயில்கள் கிழக்கு நோக்கியும் அமைவதற்கான காரணம் என்ன? ஆண் தெய்வக் கோயில்களின் தோற்றத்திற்கான அடிப்படைக் காரணம் என்ன?

பெண் தெய்வங்கள் எல்லாமே வடக்கு நோக்கித்தான் இருக்கின்றன. ஒரு அடிப்படையான வேறுபாட்டை நீங்கள் மறந்துவிடக்கூடாது. பெண் தெய்வங்கள் எல்லாம் கையிலே ஆயுதம் வைத்திருக்கும். ஆண் தெய்வங்கள் ஆயுதங்களை அலங்காரமாகவும், ஹஸ்த பூசனமாகத்தான் வைத்திருக்கின்றன. முருகன்கூட வேலைத் தோளிலே சாத்திக்கொண்டுதான் நிற்கிறானே தவிர, கையிலே ஏற்றி எறிகிற தோற்றத்துல முருகன் வேலை வைத்திருக்கவில்லை. பெண் தெய்வங்கள் எல்லாம் ஆக்ரோஷமானவை.

ஏன் இந்த ஆக்ரோஷம்? இந்த ஆக்ரோஷம் எங்கிருந்து வந்தது?

தாய்க் கோழியின் ஆக்ரோஷத்தை நீங்கள் அடையிலே இருக்கிற முட்டையை எடுக்கப் போகிறபோதுதான், ஒரு கோழி எந்தளவுக்கு வன்முறையானது என்பதைப் பார்க்கலாம். அந்தளவுக்கு அது violent ஆக இருக்குங்கிறத அடையிலே இருக்கிற முட்டையை எடுக்கப்போகிறபோது தெரியும். அது மாதிரித்தான் தாய்த் தெய்வம்.

தாய்த் தெய்வம் ஏன் வடக்கு நோக்கி இருக்குன்னா அந்தக் காலத்தில் தமிழகத்தில் தாய்த் தெய்வக் கோயில்கள் எல்லாம் உருப் போடுகிற காலத்தில் தமிழகத்துக்குப் பகை என்பது வடக்கிலிருந்து மட்டும்தான் வந்தது. கிழக்கிலும், மேற்கிலும், தெற்கிலும் கடல்கள் இருந்ததால் பகை வடக்கிருந்துதான் வரும் என்பதினாலே வருகிற பகையை எதிர்கொள்கிறதுக்காக வடக்கே நோக்கி இருந்தன. ஆண் தெய்வக் கோயில்கள் என்று சொல்லக்கூடிய கோயில்கள் எல்லாம் ஆகம வழிபட்ட கோயில்கள். பார்ப்பனிய செல்வாக்குக்கு உட்பட்ட கோயில்கள். அவர்களுடைய கருத்துப்படி முதல் திசை கிழக்கு என்பதனாலே கிழக்கு நோக்கி இருக்கிறது.

குழந்தை வேண்டி பிள்ளைத் தொட்டில் கட்டுவது இன்று பல கோயில்களில் நடைபெற்று வருகிறது. மரம் முழுக்கத் தொட்டில்களாகவும்,

திருமணம் வேண்டி துணிகளும் தாலிகளும் சுற்றிக் கட்டப்பட்டிருக்கின்றன. தந்தை பெரியார் இத்தகைய செயல்களை மூடநம்பிக்கையின் பெயரால் கடுமையாகச் சாடியுள்ளார். இதை எந்தக் கண்ணோட்டத்தில் தாங்கள் பார்க்கிறீர்கள்?

இவைகள் எல்லாம் புராதன நம்பிக்கை சார்ந்த விசயம். இமிடேட்டிங் மேஜிக், கன்டைட்டிங் மேஜிக். ஒத்து மந்திரம், தொத்து மந்திரம் என்பார்கள். மந்திரங்களும் சடங்குகளும் புத்தகத்தில் ஆ. சிவசுப்ரமணியன் இதுப்பத்தி நிறைய எழுதியிருக்காரு. சில நம்பிக்கை களை ஒண்ணும் பண்ண முடியாது. சின்ன வயசுலேயே நமக்கு முக்கா முக்கா மூணுதடவைன்னு சின்னப்பிள்ளை சொல்லுது. மூணு என்பது புதிய எண்ணாகக் கருதப்பட்டிருக்கிறது. திருநீறு பட்டைய மூன்றாக இடுவது வரைக்கும் இது புராதன நம்பிக்கை. பல நேரங்களில் புராதன நம்பிக்கைக்கான காரண காரியம் கண்டு பிடிக்க முடியாது. சில நேரங்களில்தான் கண்டுபிடிக்க முடியும்.

பரத்தமை என்ற சொல்லின் வேர், அதன் நடைமுறை உருவாக்கம் குறித்தும், பெண்ணடிமைத்தனத்திற்கான கரு பரத்தமையில் உள்ளது பற்றியும் விளக்குங்கள். தேவதாசி மரபும், பரத்தையும் ஒன்றா? அல்லது வேறு வேறா?

இல்ல. சங்ககால பரத்தமை என்பது வேறு. அவர்கள் இசைக் காரர்கள். பிற்காலத்திலே வந்த பரத்தமை Temple Prostitution. சங்க கால பரத்தமை என்பது Natural Prostitution. பிற்காலத் தேவதாசி மரபு என்பது Temple Prostitution. தேவதாசி மரபு இம்பிளிமென்ட் ஆனதுல ஒன்பதுவகை இருக்கு. அவர்களை வேறுபடுத்திக்காட்ட தாசி, பதியிலா, தளியிலா, ருத்திரக் கன்னிகை, மாணிக்கத்தார், நக்கன், நாக பாசத்தார் என்பன போன்ற ஒன்பது வகையான தேவ தாசிப் பிரிவுகள் இருந்திருக்கின்றன. அவர்கள் கோயிற் பணியாளர் களாகவும் இருந்திருக்கின்றனர். தேவதாசிகளாகவும் இருந்திருக் கின்றனர். Temple Prostitution உலகத்துல பல நாடுகள்ல இருக்கு. சிலப்பதிகார மாதவி கதாபாத்திரம், மாதவி வந்து பரத்தமைதான்.

தாய்வழிச் சமூகம் தன்னோட எல்லா வேர்களையும் இழந்த போதுதான் இதெல்லாம் நடக்குது. பெண் சொத்துரிமை என்பது ஆண் சொத்துரிமையாக வருகிறபோதுதானே பரத்தமை வருது. ஆண்தானே பரத்தமை வீட்டுக்குப் போக முடியும். அவந்தானே அதற்காக செலவு பண்ணுகிறவன். உடமையும் ஒழுக்கமும் என்று நான் ஒரு கட்டுரை எழுதியிருக்கேன். தெய்வமே பரத்தமை வீட்டுக்குப் போகுதில்ல. சிவபெருமான் பல ஊர்கள்ல போவாரு.

பெருமாளும் போவாரு. சப்பரத்துல தேவதாசி தெருக்களே இல்ல. அழிந்துபோனது என்பது மட்டுமல்ல. முள்ளுக்காடுகளாக இருக்கின்றன. முள்ளுக்காட்டு வரைக்கும் பழைய ஞாபகத்துல மோந்து பார்த்துட்டே போய்ட்டு வராரு சாமி. 'மாமியார் முடுக்கு'ன்னுவாங்க.

கோயிலின் வெளி எவ்வாறு பங்கிடப்பட்டது?

கோயிலுக்குத் தேவையான பணிகளைச் செய்றவங்க கோயிலுக்கு பக்கத்திலேதான் இருக்க முடியும். தொழிற்சாலைக்குள்ளேயே சில இடங்கள்ல குடியிருப்பு (குவாட்டர்ஸ்) இருக்கில்ல. அதுனால கோயில் பக்கத்துல வாழுற சாதில முதல்ல அர்ச்சகர், அப்புறம் நிலங்களப் பராமரிக்கிற வேளாளர்கள், அப்புறம் கோயிலுக்கான சேவைகளைச் செய்யக்கூடிய இசைக்காரர்கள். பால்கொண்டு வருபவர்கள் இவர்கள்தான் கோயிலுக்குப் பக்கமா இருக்கிறாங்க. நிலத் தொழிலாளர்கள் கோயிலுக்கு வெளியிலே ரொம்பத் தொலைவிலே இருப்பாங்க. இப்படித்தான் அந்த வெளி பங்கிடப்பட்டிருக்கு. இதுபத்தி ஒரு கட்டுரை எழுதியிருக்கேன். சேவியர் கல்லூரி மலரிலே வந்திருக்கிறது.

கோயிலின் பூசை செய்யக்கூடிய ஆட்களாக இன்றைய தாழ்த்தப்பட்ட சமூகம் இருந்தது குறித்து...

இங்கே அதோட தொல்லெச்சங்கள் பல இடங்கள்ல இருக்கு. அதப்பத்தி வெள்ளக்காரன் வாலோஸ்ல இருந்து நிறைய பேர் எழுதியிருக்காங்க. இன்றைக்கும் கருமாத்தூர் மூணு சாமி கோயில்ல பூசாரி பறையர்தான். கடுமையான சாதி வேற்றுமையும், வன்முறை உணர்வும் கொண்ட உசிலம்பட்டி கள்ளர்கள் அவர்களிடம்தான் திருநீறு வாங்கிப் பூசிக்கிறாங்க. மாரியம்மன்னு சொல்லக்கூடிய பெண் தெய்வத்திற்குப் பறையர்கள்தான் கணவர்கள். நான் எழுதியிருக்கேன். மாரியம்மன் தாய்த் தெய்வமா, கன்னித் தெய்வமான்னு கேட்டா தாய்த் தெய்வம். கழுத்துல தாலி இருக்கு. கணவன் யாருன்னு கேட்டா பறையர்கள்தான். மாரியம்மனுக்குப் பறையர்கள் தாலி கட்டி திருக்கல்யாணம் நடந்திருக்கு. இது தெரிஞ்சுடக்கூடாதுன்னுதான் திருக்கல்யாணத்தையே நிறுத்திட்டாங்க. மாரியம்மன் கோயில்களில் திருக்கல்யாணம் கிடையாது. ஏன்னா பறையர் தாலிகட்ற அந்தச் சடங்கை யாரும் பார்க்கக் கூடாது.

கன்னித் தெய்வம், தாய்த் தெய்வம் வகைப்பாடு எப்படி?

கன்னியாகச் செத்துப் போனால் திருநிலைப்படுத்துகிறபோது கன்னித் தெய்வம். அந்த வழிபாட்டுக்குச் சிற்றாடைதான் படைப் பாங்க. சேலை வைக்கமாட்டாங்க. தாய்த் தெய்வத்திற்கு சேலை படைப்பாங்க. கன்னித் தெய்வ வழிபாடு குடும்ப வழிபாடா இருக்குது. பொது வழிபாடா இருக்காது.

சிதம்பரம் கோயில், தஞ்சாவூர் கோயில் இரண்டிற்குமான வேறுபாடு என்ன?

தஞ்சாவூர் கோயில் கட்டப்படுகிறபோது சித்தாந்த சைவக் கோயில் அல்ல. பாசுபத சைவக் கோயில். பாசுபத மூர்த்தங்கள் ஐந்து மூர்த்தங்கள்தான் அந்தக் கோயில்ல இருக்கு. அகோர சிவம், வாம சிவம், சத்தியோஜம். தஞ்சாவூர்க் கோயில் அர்ச்சகர்கள் கூட பாசுபதர்களாகத்தான் இருந்திருக்கிறார்கள். பாசுபதர்களைச் சித்தாந்த சைவர்கள் தமிழ்நாட்டிலிருந்து அடித்து விரட்டியிருக்கிறார்கள். திருமழிசைல, திருவொற்றியூர்ல, நெல்லை மாவட்டம் திருலிங்கேஸ்வரர்ல அந்தக் கல்வெட்டுச் சான்றே இருக்கு. அடிச்சு விரட்டியிருக்காங்க. குகை நீக்கம்னு அதுக்குப் பேரு. யாருடைய குகை. பாசுபதர்களுடைய குகை.

இப்ப சைவருடைய கோயில பிராமணர் பிடிச்சுட்டான்னு சொல்றாங்க. கதை மாறிப்போச்சு. பாசுபதர்களை சைவர்கள் அடிச்சு விரட்டியிருக்காங்க. பெரியபுராணம் தஞ்சாவூர் கோயில் கட்டி 150, 200 வருசம் கழிச்சு வந்த சேக்கிழார் மறைமுகமாகக் கூட ஒரு குறிப்பாகச் சொல்ல மாட்டார். அந்தக் கோயில் கோபுரத்த பார்த் தாலே மூஞ்சிய திருப்பிக்கிடுவாங்க. நெல்லைக் கண்ணன்தான் வேடிக்கையா சொல்வார், கூரத்தாழ்வாரோட அப்பா நைனாக் குளத்து கரையில கருட தரிசனத்துக்கு நிக்கிறபோது நெல்லையப்பர் கோயில் கோபுரம் கண்ணுலபடுமேன்னு சொல்லி கன்னத்துல போட்டுக்குவார். அந்தளவுக்கு இவங்க இருந்தாங்க.

இராஜராஜன் கோயிலை இந்துத்துவ சக்திகள் கையில எடுக்குதே?

முடியாதுதான். முயற்சி பண்றான். தஞ்சாவூர்க் கோயில் பாசுபத சைவம்னு ஒருத்தர் வழக்கு போட்டார். பி.ஜே.பி எப்படிக் கவுண்ட்டர் பண்ணுவான். பி.ஜே.பிக்கு சைவமே தெரியாது. பாசுபதம் எங்க தெரியப் போகுது? பி.ஜே.பி ரொம்ப வீக்குங்க. தமிழர்களோடும், தமிழ்க் கலாச்சாரத்தோடும், தமிழ் குவாலிட்டி யோடும் ஒப்பிடுகிறபோது பி.ஜே.பி ரொம்ப வீக். பிறப்பொக்கும்

எல்லா உயிர்க்கும்ன்ற திருக்குறள் ஏத்துக்கிறாதவன் தமிழ்நாட்ல நிக்க முடியுமா?

கண்ணன் பலராமன் வழிபாடு குறித்து...

கண்ணன் வழிபாடுதான் இருக்கு. பலராமன் வழிபாடு செத்துப் போச்சு. ஒரே ஒரு பேர் முன்னால விடுவாங்க. இப்ப அதுவும் அதிகமா காணோம். வெள்ளைச்சாமினு ஒரு பேர். திண்டுக்கல் வட்டாரத்துல முத்துலக்கையன் பேர் நான் கேள்விப்பட்டிருக்கிறேன். அங்கயும் இப்ப இல்ல. அதுவும் பலராமன குறிக்கிறது. செத்துப் போன கடவுள்களோட பட்டியல்ல பலராமனும் சேர்ந்துட்டார்.

நிறைய தெய்வங்கள் செத்துப்போய்விட்டன. 'பார்ப்பன பயங்கரவாத மாநாடு'ன்னு தஞ்சாவூர்ல நடத்துனாங்கல்ல. அதுல இதுபத்தி நாற்பது நிமிடம் பேசினேன். அவங்க அத சி.டி.யாகவும் போட்டுருக்காங்க. கேட்டுப் பாருங்க.

கி.பி.8ஆம் நூற்றாண்டுக்கு முன்புவரை தமிழகத்தில், சுடுமண்ணாலும், மரத்தாலும் கோயில்கள் அனைத்தும் கட்டப்பட்டிருந்தனவா? தற்போது உள்ள கோயில்களில் சில உதாரணங்களையாவது காட்ட முடியுமா?

இல்லங்க. அது கற்கோயில் கட்டுமானம் அல்ல. மதம் அந்தளவு வலிமையானதா மாறல. அரசர்கள் அதத் தேவைன்னு நினைக்கல. ஆனா மண்ணாலான கோயில்கள கட்டுகிறதுபோல சில சொல் லெச்ச சடங்குகள் இருக்கின்றன. சங்கரன்கோயிலப் பார்த்தீங் கள்ன்னா கோயில் யானை போய் மண்ணெடுத்துட்டு வரும் திரு விழாவுக்கு. ஒரு காலத்துல ஆண்டுதோறும் மண் எடுத்து புதுக் கோயில் செஞ்சுருக்காங்க. அது அதனுடைய எச்சப்பாடுதான்.

ஒருமுகப்படுத்துதல் என்பதில் பல உருவமுள்ள சிலைகளை அகற்றி, உருவமற்ற அருவுருவமான சிவலிங்கம் என்ற வடிவம் எதனடிப்படையில் வந்தது?

இராஜராஜன்தான் செஞ்சார். அரசு அதிகாரச் சிந்தனை. ஒன்றே எல்லாம் என்கிறபோது பண்பாட்டு பன்முகத் தன்மையை அழிக்கிறதுதான் அரசு உருவாக்கம். அழிச்சான் அவன். அதுக்கு முன்னால உள்ள மகாபலிபுரத்து பல்லவர் கோயிலப் பார்த்தீங் கன்னா, திருத்தணி கோயில் உட்பட, இப்பொழுது இருக்கிற கர்ப்பக் கிரகத்தில பின்பக்கச் சுவர்களிலே உருவங்கள் வேறுவகையான உருவங்கள் இருந்திருக்கின்றன. இராஜராஜன்தான் ஒரே சிவலிங்கம் மட்டும் இருக்கணும்னு முடிவு பண்ணிட்டான். எல்லாவற்றையும்

அழித்து ஒன்றுமேல் எழுதுவதுதான் ஏகாதிபத்தியம். இராஜராஜன் ஏகாதிபத்தியவாதி.

அரசு உருவாக்கம் தமிழ்ச் சமூக மரபுல முதல்ல எப்ப வருது?

ஆதிச்சநல்லூர்லயே தங்கத்தாலான நெற்றிப்பட்டங்க நமக்கு கிடைக்குது. நெற்றியில பட்டம் கட்டுகிறபோதே அரசு உருவாக்கச் சிந்தனை வந்துட்டுதுனுதான அர்த்தம்.

'போந்தை வேம்பே ஆர் என வரூஉம்
மா பெருந் தானையர் மலைந்த பூ'

என்ற பாடல்ல மிகப் பெரிய படைகள் இருக்கும்னு தொல்காப்பியர் சொல்றாரே அப்பவே அரசு உருவாக்கம் வந்துருச்சு. கொஞ்சம் கொஞ்சமா வளருது. இன்னைக்கு நம்ம இறப்புச் சடங்குகள்ல அதெல்லாம் பார்க்கலாம்.

இராசராசனின் பக்தி இயக்கத்தோட தத்துவப் பின்புலத்தின் உதவி என்ன?

ஆமா, அத கைலாசபதி பேரரசும், பெருந்தத்துவமும்னு ஒரு நெடுங்கட்டுரையாவே எழுதியிருக்காரு. சைவம் எனும் பெருந் தத்துவம் வளர்கிறபோது சோழ அரசு உருவாகுது. சோழ அரசு சைவச் சித்தாந்தத்தை உருவாக்குது. ஒன்னையொன்று சார்ந்து நாண யத்தின் இரண்டு பக்கங்கள்போலப் பிரிக்க முடியாதபடி இருக்கின்றன.

சமயக்குரவர் நாலுபேர்ல அப்பரைத் தவிர மூவரும் பார்ப்பனர்கள். சைவத்தைவிட வேதம் முன்னிறுத்தப்பட்டதா? அப்பர் தோற்கடிக்கப் பட்டாரா?

ஆம். அப்பர் தோற்கடிக்கப்பட்டார்.

சாத்திரம் பல பேசும் சழக்கர்காள்? கோத்திர(ம்)மும் குலமும் கொண்டு என் செய்வீர்? பாத்திரம் சிவன் என்று பணிதிரேல், மாத்திரைக்குள் அருளும், மாற்பேறரே.

இன்னைக்கும் சைவ மடங்கள் முழுக்க சாதி மடங்கள்தானே. அப்புறம் என்ன?

ராசராசன் பார்ப்பனத் தத்துவத்தை ஏற்றுக்கொள்ள வேண்டிய நிர்ப்பந்தம் என்ன?

அவருக்கு அந்த மாதிரி விரிந்த எதிர்காலத்துக்கு ஏற்ற மாதிரி தத்துவப் பார்வையெல்லாம் கிடையாது. சமகாலத்த தவிர குறிப்பிட்ட இனக்குழுவுல பெண்ணெடுத்து பகையைச் சமாளிக்கலாம்னா பெண் எடுத்துக்குவான். அவங்கள சமரசம் பண்ணுக்கிடுவான். அவங்கள அழிக்கணும்னா அழிச்சுருவான். அழிக்க முடியாதபோது தான் சமசரம் பண்ணுவான்.

ராசராசன் காலத்தில்தான் சாதி இறுக்கம் அதிகமாகியதா?

பல்லவர் காலத்துலயே சதுர்வேதி மங்கலம் வந்துட்டுது. வேதப் பார்ப்பனர்கள் அப்பவே வந்துட்டாங்கல்ல. தொண்டை மண்டலம் நாடு அரசு உருவாக்கம் பற்றி முனைவர் பட்டம் வாங்கியிருக்காரு சாந்தலிங்கம். அவரிடம் கேளுங்கள்.

✻

அழகர் கோயில்

மதுரை பற்றி...

மற்ற இடங்களிலே இல்லாத செய்திகளையும் நிகழ்வுகளையும் தன்னிடத்திலே வைத்துக்கொண்டிருக்கக் கூடிய ஒரு நகரம். குறிப் பாக வழக்காறுகள், சடங்குகள், ஆடல், பாடல் இவைகளை எல்லாம் மதுரை தன்னகத்திலே வைத்திருக்கிறது. தமிழ்நாட்டினுடைய வேர்கள் என்று சொல்லக்கூடிய பக்தி இலக்கிய காலத்திற்கு அப்புறம் உள்ள வேர்களைக் கூட மதுரைதான் வைத்திருக்கிறது. சிவபெருமான் 64 திருவிளையாடல் நடத்தினார்னு சொல்றோம்ல. அந்தத் திரு விளையாடல் திருவிழாக்களாக நடத்துகிறார்கள். 64 திருவிளையாடல் கள் மதுரையில்தானே நடந்தது. மதுரை கோயிலில் மட்டும்தானே அந்த விழாக்கள் நடத்தப்படுகின்றன. மதுரை தனிச்சிறப்புடைய நகரம்.

மதுரை அரசியா மீனாட்சியைச் சொல்வதற்கான காரணம் என்ன?

இன்னும் மதுரை மக்களுடைய நம்பிக்கையின்படி மதுரை வந்து மீனாட்சிப் பட்டினமே தவிர சொக்கநாதபட்டினம் அல்ல. மீனாட்சியினுடைய ஆளுகைக்கு உட்பட்ட ஊர். தமிழ்நாட்டிலேயே ஒரு பெண் முடிசூடி அரசாளுவதாக ஒரு திருவிழா நடக்கிறது. அங்கே மட்டும்தான். பட்டாபிஷேகம் நடக்கிறது. அவர் வந்து ராணியின் கணவர்தானே தவிர. ராஜா அல்ல. இதான் மதுரை யினுடைய சிறப்பு.

அழகர் கோயில் ஆய்வைத் தேர்ந்தெடுத்ததற்கான காரணம்?

அழகர் கோயில் ஆய்வை நான் தேர்ந்தெடுக்கல. அத என்னோட நெறியாளர் டாக்டர் சண்முகம் பிள்ளை என் தலைல வச்சு கட்டுனாரு. கோயிலாய்வுகளுக்குப் போகணும்னே நான் நினைக்கல. அடிப்படையில நான் பெரியாரிஸ்ட். 15 வயசுலேயே சாமி கும்பிடற தெல்லாம் விட்டுட்டேன். நான் புதுமைப்பித்தன் பத்தி ஆய்வு பண்றேன்னுதான் சொன்னேன். அவர்தான் வேற எதாவது பண்ணு

அப்படின்னாரு. அழகர் கோயில் பார்த்திருக்கியான்னார். பார்த்திருக் கேன்னேன். அதப் பத்தி பண்ணுன்னாரு. ஓரளவு எனக்கு விசயம் தெரியும். சரி பண்றேன்னேன். அவ்வளவுதான். அது ஒரு Accidental diversion. நான் அதற்காகவே இரண்டாண்டுகள் Sanskrit படிச்சேன். நான் Sanskrit Diploma Holder. Sanskrit Professor சுந்தரமூர்த்தின்னு ஜெர்மனி, சிலோன்லாம் வேலை பார்த்துட்டு மதுரைல Settle ஆனவர். அவர்தான் எனக்கு ஆசிரியர்.

மதுரை அழகர்கோயில் பகுதியில் உள்ள கள்ளர்கள் குறித்து..

மதுரையின் சிறப்பு என்பது நெடுங்காலமாக ஒரு அரசியல் தலைநகரமாக இருக்கின்றது. எனவே அதைச் சுற்றி வாழுகிற மக்கள் அந்தத் தலைநகரத்தோடு பண்பாட்டு ரீதியாகவும், சமூக ரீதியாகவும் உறவு கொண்டுள்ளனர். இந்த உறவு பலவகைகளில் எதிரொலிக்கிறது. இப்படி மதுரையிலே இருக்கிற கள்ளர்கள் ஒரே வகையான கள்ளர்கள் இல்லை. மதுரைக்கு மேற்கே இருக்கிற கள்ளர்கள் வேறு. மதுரைக்கு மேற்கே இருக்கிற உசிலம்பட்டியில் இருக்கிற கள்ளர்கள் வேறு. அவர்கள் மலைக்கள்ளர்கள். மதுரை மேலூர் பகுதியிலே இருக்கிற கள்ளர்கள் நாட்டுக்கள்ளர் என்பர். சிவகங்கைப் பகுதியிலே இருக்கிற கள்ளர் வேறு. புதுக்கோட்டைப் பகுதியிலே இருக்கிற கள்ளர்கள் வேறு. தஞ்சாவூர் பகுதியிலே இருக்கிற கள்ளர்கள் வேறு. நிக்கோலஸ்னு ஆங்கிலேய ஆய்வாளர் புதுக்கோட்டை சமஸ் தானத்தைப் பத்தி எழுதியிருக்கார். வின்சென்ட் பெரோரா கள்ளர் களைப் பற்றி 11 பிரிவுகளைக் குறிப்பிடுகிறார். திருமணம் செய்து கொள்ள முடிகிறதோ அதுதான் அந்தச் சாதியினுடைய எல்லை. அதைத் தாண்டியாச்சுன்னா ஒரே பட்டத்தைப் பெற்றிருந்தாலும் கூட அது வேற சாதி.

மதுரையைப் பொறுத்தமட்டிலே மதுரையில் இருக்கிற அரசியல் நிகழ்வுகளுக்கு இந்தச் சுற்றுவட்டாரத்திலே இருக்கிற மக்கள் ஏதேனும் ஒரு வகையிலே தங்கள் பங்களிப்பைக் கட்டாயமாகச் செலுத்தியிருக்கிறார்கள். மதுரைக்கோயிலும் பல அரசியல் விபத்து களைச் சந்தித்திருக்கிறது. எனவே கள்ளர்களும் அந்த விபத்துகளை எதிர்கொண்டிருக்கிறார்கள். மற்ற மக்களும் எதிர்கொண்டிருக் கிறார்கள். ஏதோ ஒரு வகையிலே அந்தக் கோயிலை மையமிட்ட நகரம் ஒரு உணர்வுப்பூர்வமான ஈர்ப்பாலே.

ஒரு நல்ல உதாரணம் தமிழ்நாட்டிலே மீனாட்சி சொக்கர் தாலாட்டு. எல்லா இடங்களிலும் வழங்குகிற ஒரு தாலாட்டு. இந்தத்

நற்றிணை பதிப்பகம் ❖ 83

தாலாட்டு வேறு எந்தத் தெய்வத்துக்கும் கிடையாது. வட்டார ரீதியாகவோ, சாதி ரீதியாகவோ வேறு எந்தத் தெய்வத்துக்கும் கிடையாது. மீனாட்சி தெய்வத்துக்கு மட்டும்தான் தமிழ்நாடு முழுவதும் ஏற்றுக்கொள்ளப்பட்ட தாலாட்டுப் பாடல்கள் உள்ளது. எல்லாச் சாதியும், ஏதேனும் ஒரு வகையிலே அரசியல் ரீதியாகவும், சமூகரீதியாகவும் மதுரையோடு பிணைக்கப்பட்டிருக்கிறார்கள். வெறுமனே அது அவர்களுடைய வாழ்வாதாரமாக மட்டும் அமைய வில்லை.

மதுரை அழகர்கோயிலோடு தொடர்புடைய கள்ளர்களுக்கும் அந்தக் கோயிலுக்கும் கிழக்கேயும் தென்கிழக்கேயும் வாழுகிற கள்ளர்கள்தான். இவர்கள் பொதுவாக அம்பலம் என்ற பட்டத்தைப் போட்டுக்கொண்டிருக்கக் கூடியவர்கள். இவர்களுடைய சாதியினுடைய அடையாளமாக ஏதேனும் ஒன்றைச் சொல்ல வேண்டுமென்றால் இவர்கள் மாடு வளர்ப்பதிலே ரொம்ப ஈடுபாடு கொண்டவர்கள்.

மாடு வளர்ப்பது என்றால் ஜல்லிக்கட்டு காளை வளர்ப்பது. அந்த வீரவிளையாட்டு அவர்களாலேதான் நடத்தப்படுகிறது. அவர்களுடைய ஆதரவிலும், அவர்களுடைய செலவிலும்தான் நடத்தப் படுகிறது. அழகர்கோயிலோடு தொடர்புடையவர்கள் அந்தக் கள்ளர் தானே தவிர உசிலம்பட்டிக் கள்ளர்கள் அல்ல. மேலூர் நாட்டுக்கள்ளர் களைப் பார்த்தால் வீட்டுக்கு வீடு கருப்பன் அல்லது பெரிய கருப்பன் என்ற பெயர் இருக்கும்.

அழகர் கோயில் பழமுதிர்ச்சோலை முருகன் கோயில் குறித்து?

நான் அதை மறுத்து ஒரு கட்டுரை எழுதியிருக்கிறேன். அழகர் கோயில் பழமுதிர்ச்சோலை அல்ல. அது முருகனுக்கு அறுபடை வீடல்ல. 100 படை வீடுகள் உண்டு. ஆனால், பழமுதிர்ச்சோலை அதிலே சேராது என்று கட்டுரை எழுதியிருக்கிறேன். அது நீதிமன்றத் திலே ஆவணமாக தாக்கல் செய்யப்பட்டிருக்கிறது. அது மிகவும் பிற்காலத்திலே மிஞ்சிப் போனால் 60–70 ஆண்டுகளுக்கு முன்னாலே பி.டி. ராஜனால் உருவாக்கப்பட்டது. சாம்பல்புத்தூர் மண்டபம் என்றுதான் அதற்குப் பெயர். அந்த இடத்தை புளிக்குமிச்சான்மேடு என்றும் சொல்வார்கள். அந்த இடத்திலே ஒரு முருகன் சிலையை நிறுவி அவர் அதைப் பிரபலமாக்கிவிட்டார், பழனிவேல்ராஜனுடைய தந்தை பி.டி. ராஜன். அதற்கு பின்புதான் அதற்கு பழமுதிர்ச்சோலை என்ற பெயரே தவிர எந்த ஆவணங்களிலும், கோயில் ஆவணங்

களிலும் அதற்கு பழமுதிர்ச்சோலை என்ற பெயர் கிடையாது. இந்தப் பெயரால் அதை வழங்கக்கூடாது என்று நீதிமன்றத் தீர்ப்பே உள்ளது.

நாட்டார் மக்களுக்கும் அழகர் கோயிலுக்குமான நெருக்கமான தொடர்பு எப்படி ஏற்பட்டது?

அழகர்கோயில் வழிபாட்டிலே நிறைய நாட்டார் மரபுகள் இடம்பெறுகின்றன. குறிப்பாக நான் நாலு சாதிகளைப் பற்றி ஆய்வு செய்திருக்கிறேன். கள்ளர், வலையர், யாதவர் எனப்படும் இடையர், தாழ்த்தப்பட்ட மக்கள் இவர்களோடு கோயில் என்ற சமூக நிறுவனம் கொண்டுள்ள உறவைத்தான் நான் ஆய்வுப் பொருளாக்கினேன். வெவ்வேறு காலத்திலே வெவ்வேறு பின்புலத்திலே அந்த உறவுகள் உருவாகியிருக்கு. இந்த மக்களுடைய வழிபாட்டு உணர்வையும், கோயில் என்கிற நிறுவனத்தையும் இணைக்கும் பாலமாக கருப்பசாமி வழிபாடு இருக்கிறது.

ஏனென்றால் இவர்களில் வாசலிலே இருக்கிற கருப்புசாமியை மட்டும் வணங்கிவிட்டு அப்படியே திரும்பிவிடுபவர்கள் உண்டு. உள்ளுக்குள்ளே இருக்கிற அழகரைப் பற்றிக் கவலைப்படாமல் போகிறவர்கள். அழகர்கோயில் கருப்புசாமி வழிபாட்டிலே ஏராளமான ஆடுகள் பலியிடப்படுகின்றன. அடைக்கப்பட்ட சன்னதிக் கதவுமுன் இரத்தம் குவிந்து கிடக்கிறது. இதைக் கோயில் நிர்வாகம் பண்பாட்டுச் சமரசமாக ஏற்றுக்கொள்கிறது.

ஏனென்றால், இந்த மக்கள்தான் இந்தக் கோயிலைப் பாதுகாக்கிறவர்கள். இந்தக் கோயிலுக்கு உரிய காணிக்கைகளை முறையாகவும் ஒழுங்காகவும் செலுத்துகிறவர்கள். கோயில் நிர்வாகம் மக்களோடு சமரசம் செய்துகொள்கிறது. அந்தக் காலத்திலேயே செய்து கொண்டது. அது இந்தக் காலத்திலும் தொடர்கிறது. அதனால் நாட்டார் மரபு சார்ந்த எல்லா வழிபாட்டுமுறைகளும் இந்தக் கோயில் வழிபாட்டோடும் திருவிழாவிலே கலந்திருக்கும். திரியெடுத்தாடுதல், சாட்டையடித்து ஆடுதல், வேடமிட்டு ஆடுதல் எல்லாம் நாட்டார் மரபிலிருந்து வந்தவைதான்.

கள்ளர் சாதி என்பது வைணவ சாதியா?

பிராமணர், வேளாளர் இரண்டு சாதியைத் தவிர மற்ற சாதிக்காரர்களுக்கு மதம் கிடையாது. அவர்கள் வாழுகின்ற இடத்தைப் பொறுத்தும் வாழுகின்ற சூழலைப் பொறுத்தும் வழிபாட்டு

முறைகள் இருக்கும். வைணவ நெறியிலே கொஞ்சம் ஆர்வம் காட்டுகிறவர்களாக யாதவ சமூகத்தினரும், தெலுங்கு மொழி பேசும் மக்களும் இருந்திருக்கின்றனர். சாதி என்று வருகிறபோது அது மண உறவு எல்லையைக் குறிக்கிற இனக் குழுவாகும். இந்தத் தன்மையினை உடைய அந்த நிறுவனத்தை மதத்தோடு நீங்கள் சேர்த்துப் பார்க்கக் கூடாது. சிவன் கோயிலுக்குப் போனால் அவன் சைவன், பெருமாள் கோயிலுக்குப் போனால் அவன் வைணவன். அவ்வளவுதான். இந்த வேதங்களெல்லாம் நாட்டார் மரபிலே பாதிப்பதில்லை.

அழகர் கோயில் முதல் மரியாதை தேர் வடம்

எல்லாக் கோயில்களுமே தேர்வடம் இழுக்கும்போது அந்த மக்கள் சக்தி தேவைப்படுவதினாலே அந்த மக்கள் சக்திக்கு மரியாதை தரும் வகையிலே முதல் மரியாதை தரும் பழக்கம் வட்டார ரீதியாகவும், அரசியல்ரீதியாகவும் கொஞ்சம் வேறுபாடுகளோடு இருக்கும். இங்கே கள்ளர் சமூகத்திற்கு அந்த மரியாதை தரப்படுகிறது.

அழகர் வரும்போது கள்ளர் வழிமறிச்சாங்கன்னு சொல்றது?

அதான் உண்மை. அழகர் மதுரைக்கு வருகிறபோது இதே கள்ளர் சாதியினர் மறித்து தாக்குதல் நடத்தியது உண்மை. அது ஒரு போலச் செய்ததாக புனைவாக ஒரு எனாக்மென்டா (Enactment) மதுரையிலே இன்னும் நடத்திக் காட்டப்படுகிறது. ஆனாலும்கூட கோயில் என்ற பெரிய சமூக நிறுவனம் பண்பாட்டுச் சமரசம் செய்துகொள்கிறது என்றுதான் சொல்லுவேன்.

மதுரை நாயக்கர் துலுக்க நாச்சியார் கட்டுரைக்கு ஒருவர் இந்து பத்திரிகையில் மறுப்பு எழுதியுள்ளாரே?

பண்பாட்டுச் சமரசம் என்பதே கோயில் என்ற பெரிய நிறுவனம் ஏழை எளிய மக்களிடத்திலே சாதிநிலையிலே கீழ்தாழ்த்தப்பட்ட வர்களோடு செய்துகொண்டது. பல ஊர்களிலே செய்து கொண்டது. திருவரங்கம் கோயிலிலும் இந்தப் பண்பாட்டு சமரசம் உண்டு. அங்கே துலுக்க நாச்சியார் சன்னதி இன்றைக்கும் இருக்கிறது. ஆனால், சிலையாக இல்லை சித்திரரூபமாக இருக்கிறது.

இதைவிட ஒரு ஆச்சர்யமான விசயம். தென்னாற்காடு மாவட்டத்திலே திருமுட்டம் என்று ஒரு தலம் இருக்கிறது. அது ஒரு வைணவக்கோயில். பூவராகவப்பெருமாள் கோயில். மூலஸ்தானத்திலேயே கருவறையிலே

நிற்கின்ற பன்றி வடிவத்திலே இருக்கிறார். உயிரினங்களிலேயே இஸ்லாமிய மக்களால் மிகவும் வெறுக்கப்படுகிற மிருகம் பன்றி. அந்தப் பெயரையே ஒரு வசவாக அவர்கள் கருதுவார்கள். கள ஆய்விலே இஸ்லாமிய மக்கள் வந்து வழிபட்டு மற்றவர்களைப்போல தேங்காய் உடைத்து வழிபட்டுச் செல்வதை கண்ணாறப் பார்த்தேன். இத என்ன சொல்றது?

என்னுடைய ஆய்வேட்டில நான் எழுதியிருக்கிறேன். பன்றி வடிவப் பெருமாள் இருக்கிற கோயிலிலே இஸ்லாமிய மக்கள் வந்து வணங்குகிறார்கள். அதைக் கோயில் நிர்வாகமும் ஏற்றுக்கொள்கிறது. இத்தனைக்கும் அந்தக் கோயிலிலே இஸ்லாமிய படையெடுப்புக் காலத்திலே சில அழிவுகள் நேர்ந்ததென்று அந்த உள்ளூர் வரலாறு கள் தெரிவிக்கின்றன. அப்படி இருந்தும் இஸ்லாமியர்கள் வருகிறார் கள். கோயில் நிர்வாகமும் அவர்களை ஏற்றுக்கொள்கிறது என்றால் அது பண்பாட்டுச் சமரசம் என்றுதானே பொருள்.

அழகர் சித்திரைத் திருவிழாவை நாயக்கர் சைவ வைணவ இணைப் புன்னு ஒரு விமர்சனம் இருப்பது குறித்து...

சைவ வைணவ முரண்பாடுகள் கூர்மையாக இருந்த காலத்திலே மதுரை நாயக்க மன்னராக இருந்த திருமலைநாயக்கர் இதைச் செய்திருக்கலாம். ஆனால், மதுரைக்கு வருவதற்கு முன்னாலே அழகர் சோழவந்தான் போற வழியிலே உள்ள தேனூர் ஆற்றிலேதான் இறங்கினார். திருமலைநாயக்கர் காலத்திலே மாற்றினார் என்பதை எல்லா வாய்மொழி மரபுகளும் ஏற்றுக்கொள்கின்றன. சைவ, வைணவம் என்பது நாட்டார் மக்களைப் பொறுத்த அளவு பிரச் சனையே இல்லை. கருப்பசாமி கோயிலுக்கு வரும்போது திருமண் வைத்திருப்பான். மீனாட்சியம்மன் கோயிலுக்கு வருகிறபோது திருநீறு வைத்திருப்பான். அவர்களை இது பாதிப்பதே இல்லை. சைவ வைணவ முரண்பாடுகள் கூர்மையடைகிறபோது நாட்டார் மக்கள் எண்ணிக்கையிலே பெருந்தொகையாக இருப்பவர்கள், ஆயுதமேந்தி பழக்கப்பட்டவர்கள். இவர்களோடு சமரசமாக இருக் கணும்கிறதுக்காக இந்தத் திருவிழாவை அவர் உருவாக்கியிருக்கலாம்.

அழகர் வண்டியூர்க்கு துலுக்க நாச்சியார் வீட்டிற்குப் போவதாக கதை சொல்கிறார்களே?

துலுக்க நாச்சியார்க்கு ஸ்ரீரங்கத்துலதான் சன்னதி இருக்கு. அதுவும் சித்திர ரூபத்துல. வண்டியூர் பெருமாள் கோயில்லதான் அழகர் தங்குறாரு. கேட்டா அந்தா துலுக்க நாச்சியார் வீட்டுக்கு தங்கப் போறாரும்பாங்க, நம்ப முடியாத, விடை சொல்ல முடியாத

கேள்விகளுக்குக் கதைகளை விடையாகத் தந்துவிடுவது நாட்டார் மரபு. வானம் ஏன் இவ்வளவு உயரமா இருக்குன்னு கேட்டா கீழதான் இருந்துச்சு. ஒரு கிழவி பெருக்கி நிமிரும்போது இடுச்சுச்சு. உடனே அவ எட்டுவண்டி மண்ணுக்கும் எட்டாமப் போன்னு வாரியலால ஒரு சாத்து சாத்துச்சு. உடனே வானம் மேலே போயிருச்சு. பதில் சொல்ல முடியாத கேள்விகளுக்குக் கதைகள்தான் விடை. நம்பிக்கைகள்தான் விடை. எத்தனை நட்சத்திரம் இருக்கு? விவர மாயிட்டவன் பதில் சொல்லுவான் 5131. நேத்து ஒண்ணு விழுந்துச்சே அதையும் சேர்த்தா 5132. எண்ணிப்பாரு. இதான், நாட்டார் மனம் சைல்டிஸ்சாத்தான் இருக்கும். அவர்கள் கதைகளிலே திருப்தியடைந்து விடுவார்கள்.

துலுக்க நாச்சியார் போல. அழகர் கோயில் பதினெட்டாம் படிக் கருப்பு எப்படிச் சாத்தியமாச்சு?

வைணவம் நாட்டார் பண்பாட்டோடு பல இடங்களிலே சமரசம் செய்துகொள்கிறது. வேறு ஒண்ணும் வேணாம். நானே நேர்ல பார்த்து எழுதியிருக்கேன். திருமலை ராயர்பட்டினத்துல பெருமாளை மாப்பிள்ளைன்னாங்க. அதனாலே அந்த நம்பிக்கையின் அடிப்படையில் மீனவ சாதிப் பெண்கள் பெருமாள் நீராட வரும் போது பட்டினஞ்சேரி கடற்கரைக்குத் திருக்கண்ணபுரம் சவுரிராஜ பெருமாள் வருகிறபோது மருமகன் என்பதனாலே நேரிலே நின்று சாமி கும்பிட மாட்டார்கள். அந்த மரபை நேர்லயே பார்த்திருக்கேன். ஏன்னா மருமகனாம்.

அந்தளவிற்கு சைவக் கோயில்கள் சமரசம் பண்ணியிருக்கா?

சைவம் சமரசம் பண்ணல. ஒண்ணு ரெண்டு இடங்கள் இருக்கலாம். வைணவம் அளவுக்கு உறுதியாகப் பண்ணல.

அப்படி ஏதாவது குறிப்பிட்டுச் சொல்லும்படி இருக்கா?

தேர்த் திருவிழா எல்லாச் சாதிகளும் பங்கெடுக்கத்தானே செய் றாங்க. திருநெல்வேலில ஒரு திருவிழா இருக்கு. மதுரைக் கோயில்ல பிட்டுக்கு மண் சுமந்த திருவிழா, 64 திருவிளையாடல்களை நடத்திக் காட்டுகிறபோது எல்லாச் சாதிகளோடயும் கோயில் நிர்வாகம் சமரசம் பண்ணிக்கிறது.

அழகர் கோயில் ஆய்வு செய்த கால நினைவுகள்...

கூட்டத்துல புகுந்து கொஸ்டின் கொடுத்து பண்றது எனத் தொடர்ச்சியா 24 மணி நேர சர்வே ஒரு ஆண்டு பண்ணேன். என்னுடைய மாணவ நண்பர்கள் 6 பேர் இடைவிடாமல் மாறி மாறி 24 மணி நேரம் பண்ணோம். 76இல் இருந்து 79 வரைக்கும் ஆய்வுக்காலம். 76 டிசம்பர்ல இருந்து 77 டிசம்பர் வரைக்கும் குடும்பத்த இங்க விட்டுருந்தேன். மாதம் 15 நாள் சென்னைக்குப் போயிடுவேன்.

மயிலை சீனி. வேங்கடசாமியை நேர்ல பார்த்திருக்கிறேன். ரொம்ப சந்தோஷப்பட்டாரு. ஏன்னா அவர் எழுதுறபோது அழகர் கோயில் பவுத்த கோயிலோன்னு சந்தேகப்பட்டாரு. நான் அவர் எழுதி 43 வருசம் கழிச்சு ஒரு கட்டுரை எழுதிட்டுப் போய் நீங்க எழுதுனது சரின்னு சொன்னபோது அவருக்குச் சந்தோஷம் தாங்கல. அவருக்கு அப்ப பேச முடியலை. ஆனாலும், நல்லா கேட்டார். அவரைப் பார்த்தது பெரிய விசயம். மெட்ராஸ் யுனிவர்சிட்டில வைவாவின்போது எப்படி சார் எழுதுனீங்கன்னுதான் முதல்ல கேட்டாங்க. தலைப்பிள்ளை மாதிரி அது பேர் சொல்லும் நூல்.

தமிழ்ச் சமூகத்துக்குத் திணைக்கோட்பாடு

திணைக் கோட்பாடு தமிழர்களின் ஆழ்ந்த அனுபவத்தையும் இலக்கிய மேன்மையையும் காட்டக்கூடியது. காலத்தோடும், வெளி யோடும் தொடர்புகொண்டதுதான் எல்லாம் என்று சொல்லக் கூடியது திணைக் கோட்பாடு.

நான் கனடாக்குப் போனப்ப கேட்டாங்க. திணைக் கோட்பாட எப்படி நீங்க கண்டுபிடிச்சீங்க. அது எனக்குத் தெரியாது. திணைக் கோட்பாடு என்பது காலத்தோடும், வெளியோடும் தொடர்புடையதா இருந்தது. காலத்தோடும், வெளியோடும் தொடர்புகொண்டுதான் அவங்க இலக்கியம் படைக்க முடியும்னு அவங்க நம்புனாங்க. இன்றைக்கு நீங்க அத வெவ்வேறு பேர்கள்ல செஞ்சுட்டு இருக்கீங்க. எத்னோகிராஃபிக் நாவல்னு இன்றைக்கு சொல்றாங்கல்ல. இனவரைவியல் நாவல்னா என்னது திணை இலக்கியம்தானே. சாதி சார்ந்து வட்டாரம் சார்ந்து நிறைய நாவல்கள் வருது. இதெல் லாம் என்ன. திணைக் கோட்பாட்டினுடைய பின்தொடர்ச்சிதானே. நிலம் சாராமல் எதுவும் இருக்க முடியாது. மொழியவே இவன் கன்னியாகுமரிக்காரன், இவன் கோயம்புத்தூர்க்காரன், இது மெட்ராஸ்காரன் பாஷை அப்படிச் சொல்றோம்ல. அது நிலம் சார்ந்ததுதான்.

✸

பாரதியார்

புதுக்கவிதையின் தோற்றுவாயாக உள்ள பாரதியை இன்றைய தமிழிலக்கிய உலகில் முற்றாகப் புறக்கணிக்கும் ஆளுமைகளும் உள்ளன. பாரதியை முற்றாக மறுப்பவர்கள், 'பாரதியை ஒரு கவிஞராக ஏற்றுக் கொள்ளலாமே தவிர்த்து, அதிக முக்கியத்துவம் கொடுப்பதை ஏற்க வியலாது' எனச் சில குற்றச்சாட்டுகளை முன்வைக்கின்றனர். பாரதியை முற்றாக நிராகரிப்பது சரியாகுமா? இவற்றை எப்படிப் பார்ப்பது?

நான் பாரதியாரை முற்றாக நிராகரித்த இடத்திலிருந்து வந்தவன். பாரதியா? பாரதிதாசனா?னு ஒரு பட்டிமன்றம் நடக்கும். பாரதிக்கு நெல்லைக் கண்ணன். நான் எதிரணி. இப்படித்தான் தொடங்கு னோம். வேலைக்குப் போய் தனியா பாரதியைப் படிக்கும்போது நாம் தப்பு பண்ணிட்டோமோன்னு தோணுச்சு. கொஞ்ச காலங் கழிச்சு நாம பெரிய தப்பு பண்ணிட்டோம்னு தோணுச்சு. அப்புறம் பாரதியார் முழுக்க வாசிக்க, வாசிக்க நாம் முட்டாள்தனம் பண்ணிட்டோம்னு தோணுச்சு. பெரியாரை ஏத்துக்கிறேன். பாரதி யும் பகுத்தறிவும் இயக்கம்னு நான் ஒரு கட்டுரை எழுதியிருக்கேன். பாரதிய பாரதியா ஒத்துக்கணும். எட்டயபுரத்து ஸ்மார்த்த பிராமணனா பார்க்கணும். அப்புறம் அவன் எப்படி எவால்வானான். எஸ்டாபிலிஷ் ஆனான்னு பார்க்கணும். நான் பாரதியை மகா புருஷனாவே ஏத்துக்குறேன். வாழ்ந்து காட்டுனான். வாழ்கிற காலம் அவன ஏகாதிபத்தியம் கசக்கிப் பிழிஞ்சு, சக்கையாத் துப்பிட்டு, அதுவரைக்கும் அவன் நின்னான். அவ்வளவுதான். மன்னிப்புக் கடிதம் எழுதிக் கொடுத்தான்பாங்க. நானா இருந்தாலும் எழுதிக் கொடுத்திருப்பேன். ஏகாதிபத்தியத்த எதிர்த்து ஒரு ஏழை பிராமண னால அந்தக் காலத்துல அவ்வளவுதான் முடியும்.

அவரது உரைநடை பற்றி...

உரைநடைதான் உண்மையான பாரதி. உரைநடையில்தான் அவனுடைய வாசிப்பின் வீச்செல்லாம் தெரியும். தமிழனைத் தவிர

வேறொரு சாதிக்காரன் அழகிலும் அந்தஸ்திலும் உயர்ந்திருந்தால் எனக்குப் பொறுக்கவில்லை. தமிழச்சியைத் தவிர வேறொரு சாதிக்காரப் பெண் அழகாய் இருப்பதைக்கண்டால் பொறுக்கவில்லை.

அதே பாரதி ரஷ்ய புரட்சியின்போது மாகாளியின் கடைக்கண் பட்டுன்னு கூறுகிறாரே?

எட்டயபுரத்து அக்ரகாரத்துக்குப் பையன் அவன். அவ்வளவு தான் பேசமுடியும். உங்க ஆசைக்கு நீங்க வச்சுருக்கிற ஸ்கேல் அளவுக்கு எல்லாம் யாருமே வரமாட்டாங்க. நாங்க இப்படி வச்சுத் தான் ஏமாந்து போனோம்னு சொன்னேன். பாரதிய படிக்காதது தவறுன்னு நினைச்சேன். பாரதியார் எங்கப்பா பிறப்பதற்கு முன்னாலேயே செத்துப் போயிட்டார். அது அப்படியேதான் இருந்துச்சு. நான்தான் வளர்ந்திருக்கேன்.

பாரதியை முதன்மைப்படுத்திய தமிழ்ப்படைப்பாளிகள், அறிவாளிகள் யாரும் பாரதிதாசனை முதன்மைப்படுத்தவில்லை அல்லது பாரதி தாசன் குறித்து பெரிய அக்கறை எடுத்துக் கொள்ளவில்லை என்ற குற்றச்சாட்டு முன்வைக்கப்படுவது குறித்து...

உண்மையோ பொய்யோ பாரதிதாசன் நாத்திகர்ங்கிற முத்திரை அவர் மேல விழுந்திருச்சு. நான் ஒரு நாத்திகன்னு எழுதியே வச்சுருக்கார் 1927ல. அதனால் அவருக்குக் கவிதைக்குரிய மரியாதை கம்மி. பாரதியார் ஆன்மீகக் கவிஞரா இருந்ததால் அவருக்கான மரியாதை கூட.

குடும்பம்

தங்களுடைய வளர்ச்சிக்கு வித்திட்ட உங்கள் அம்மா குறித்து...

எனக்கு இந்த வகையான ஆர்வம் வந்ததற்குக் காரணம் எங்கம்மாதான். ஒரு நாலாண்டு காலம். கோடைக் காலத்துல நான் ஊருக்கு வந்தா வேலைக்குச் சென்ற புதிதில் எங்க வீட்ல எங்க அம்மா மட்டுந்தான். இரவுச் சாப்பாடு சாப்பிடுகிறபோது எங்கம்மா ஏன்ட்ட நிறையப் பேசிட்டே இருப்பாங்க. ஒவ்வொரு கதையா சொல்லுவாங்க. அவ இந்த ஊர்லயே பிறந்து வளர்ந்தவ. இந்த ஊர்லயே இருந்ததுனால இந்த ஊருடைய வளர்ச்சி, பிற சாதி களோட தொடர்பு, பழமொழிகள், சொலவடைகள், இதுலயெல்லாம் எங்கம்மா கெட்டிக்காரங்க. எல்லாரும் சொல்வாங்க நிறைய பழமொழி சொல்லிட்டே இருப்பாங்க. 'பார்ப்பானுக்கு மூப்பு பறையன்தே' எங்கம்மா சொன்னதுதான். அப்புறம் யாரும் சொல்லி நான் பார்க்கல. கடைசியா முப்பது, முப்பத்தைந்து ஆண்டுகள் கழித்து எங்க மாமனார் சொல்லி நான் கேட்டேன்.

இத்தனைக்கும் எங்கம்மா பள்ளிக்கூடத்துக்குப் போகாத ஆளு. மூணு நாள்தான் பள்ளிக்கூடத்துக்குப் போனேன்னு சொல்லி, கடைசி வரைக்கும் வருத்தப்பட்டுக்கிட்டிருந்தா. அவ பிறந்து வளர்கிற காலத்துல வீட்டுக்குப் பக்கத்துல பெண் பள்ளி வந்தாச்சு. 100 ஆண்டுகளுக்கு முன்னாலே அஸ்போன் மெமோரியல் ஸ்கூல். 3 நாள் ஸ்கூலுக்குப் போனாளாம். அவங்கம்மா பிள்ள தூக்க ஆளில்லன்னு நிறுத்திட்டாளாம். சொல்லிச் சொல்லி வருத்தப் படுவாங்க. இவ்வளவு கல்வி பெருத்த நகரத்துல நான் படிக்கலை யேன்னு.

அதனாலேயே இந்தப் பழமொழிகள் சொலவடைகள் மேல அவளுக்கு ரொம்ப ஆர்வம் இருந்துருக்கு. சொல்லிட்டே இருப்பா. கேட்டுட்டே இருப்பேன். மனித உறவுகளப் பத்தி நிறையப் பேசுவாங்க. இந்த ஊர்ல வெள்ளைக்காரன் இருந்தான்ல வெள்ளைக்காரனப் பத்தி நிறையப் பேசுவா. வெள்ளைக்காரன் கண்ணுவச்சா ஒரு பொருள் விளங்காது. அப்படிண்ணுவா. எங்க வீட்ல இருந்து ஆட

ஒரு வெள்ளைக்காரன் விலைக்குக் கேட்டானாம். எங்கப்பா கொடுக்க மாட்டேன்னாராம். அந்த ஆடு செத்துப் போச்சாம். அதான் சொல்லுவா. அப்புறம் நான் வெளியில வேலைக்குப் போனபெறவு 20 வயசுலதான் இந்த ஊர விட்டு வெளியில போறேன். காரைக் குடிக்குப் படிக்கப்போறேன். எங்கம்மாவோட பேச்சு காரணமா Every old man is good read with என்ற எண்ணம் வந்துச்சு. ஒவ்வொரு மனிதனும் படிக்கப்பட வேண்டிய புத்தகங்கள். அதுனாலதான் யார் எங்க பேசுனாலும் கேட்டுகிட்டு இருக்கிறது. பேச வைக்குற துன்னா எதாவது அவங்களுக்கு விருப்பமான ஒண்ணச்சொல்லி தண்ணி வராத பம்புல தண்ணிய ஊத்தி அடிச்சா வரும்ல அது மாதிரி. பேச ஆரம்பிச்சா அப்புறம் நிறுத்தமாட்டாங்க. என்னுடைய methodology உரையாடல் மரபிலிருந்து வந்ததுதான். நிறைய உரை யாடல்கள்ல தெரிந்துகொண்ட செய்திதான் அதிகம்.

தங்களது படிப்பு, நட்பு, கல்வி குறித்து...

இங்க அந்தோணியார் பள்ளி, தெற்கு கடைத் தெரு மூலைல இங்க இருக்கிற சேவியர் கல்லூரி. எம்.ஏ. மட்டும் காரைக்குடிக்குப் போனேன். அப்ப இங்க எம்.ஏ. கிடையாது. எந்த PG Courseம் ஏ.எல். முதலியார் கொடுக்க மாட்டாரு. 25 வருசமா மெட்ராஸ் யுனிவர்சிட்டில துணைவேந்தரா இருந்தாரு. ஒரு டெரர்! இவ்வளவுக்கும் அலோபதி டாக்டர் அவரு. ராமசாமி முதலியார், லட்சுமணசாமி முதலியார் இரண்டு பேர். திராவிட இயக்கத்தினுடைய தூண்கள். ஜஸ்டிஸ் கட்சியினுடைய தூண்கள், அவர் பெரிய Gynogologist. அந்தக் காலத்துல ஆண்கள்ல கைனகாலஜிஸ்ட் அவரு. மதுரைக்குத் தெற்கே எங்கேயும் எம்.ஏ.. எம்.எஸ்ஸி தரமாட்டேன்டாரு. அப்புறம் நான் காரைக்குடியில போயி படிச்சேன். இராமநாதபுரம் மாவட் டத்துல இளையான்குடியில் வேலைபார்த்தேன். ரொம்ப அத்து வானக் கிராமம்.

உங்களுடைய இளமைக்கால நண்பர்கள், நட்பு குறித்து...

இளமைக்கால நண்பர்கள் எல்லாம் என்னோடு பால் பண்ணைக்கு மாடு பத்திட்டு வந்தவுங்க. வாய்க்கால்ல வந்து மாடு குளிப்பாட்டுனவங்க. இவங்கதான். சடுகுடு விளையாடுனவங்க. பள்ளிக்குப் போன பிறகு கத்தோலிக்க கிறித்துவப் பள்ளியாக இருந்தது. ஒரு பிராமனிக்கல் Tinch உண்டு. என்னுடைய ஆசிரியர்கள் பெரும்பாலும் பிராமின்ஸ்தான். அப்புறம் கல்லூரி, கல்லூரி போனப்ப திராவிட இயக்கச் சார்பு நிலை. ஆசிரியர்களுக்கே அப்ப அதுதான் இருந்துச்சு. திராவிட இயக்கச் சார்பு நிலைன்றதவிட

காங்கிரஸ் எதிர்ப்பு நிலைப்பாடு ரொம்ப. பிறகு வேலைக்குப் போய்ட்டேன். வேலைக்குப் போனபிறகுதான் பாரதியாரையே சரியாப் படிச்சேன் நான். அது வரைக்கும் திராவிட இயக்கச் சார்புல பாரதியாரைக்கூட சரியாப் படிக்கல. பாரதிதாசனத்தான் படிச்சுட்டு இருந்தேன்.

சமகால ஆய்வாளர்கள் குறித்து...

நான் மூன்று ஆய்வாளர்கள் என்னைத் திசை திருப்புனவங்களா அடிக்கடி சொல்வேன். நா. வானமாமலை, மு. ராகவையங்கார், மயிலை சீனி. வேங்கடசாமி இந்த மூணு பேர்தான் என் மெத்தடால ஜியை Shape பண்ணவங்க. அப்புறம் நிறைய பேர் இருக்காங்க. நான் இந்த மூணு பேரைத்தான் உணர்ந்து படிச்சேன்.

✹

சமூகம்

இன்றைய இளைஞர்களைக் கெடுக்கிற விதமாகப் பல்வேறு விதமான போதைகள் இருக்கு. சினிமா, ஊடகம், டாஸ்மாக் என.... ஒரு பண்பாட்டு ஆய்வாளரா நீங்கள் இவர்களுக்குச் சொல்ல விரும்புவது.

நான் என்ன சொல்றது. கேட்கிறதுக்கு ஆள் கிடையாது.

நாங்கள்ளாம் உங்களப் படிச்சுட்டுதான் வந்தோம்.

அவ்வளவுதான். இதே பெரிய விசயம். சென்னைல இருந்து வந்து கேட்கிறது. இததான் எனக்கான அதிகபட்ச அங்கீகாரமா நினைக்கிறேன். இவ்வளவுதான் இருக்க முடியும். இதுக்கு மேல நான் எதிர்பார்த்து ஏமாந்து போகக்கூடாது. ஆனா சமூகம் திருந்தாம இப்படியே போய்ட்டு இருக்காது. எல்லா இரவுகளும் விடிஞ்சு ஆகணும்ல. அப்படியே இருட்டுல முங்கிப் போகல உலகம். செங்கிஸ்கான் காலத்துல, தைமூர் காலத்துல, ஔரங்கசீப் காலத்துல, ஏன் காங்கிரஸ் காலத்துலயே இந்தியா முங்கிப் போகலையே.

பெரியாரை நீங்கள் சந்தித்திருக்கிறீர்களா?

1970 ஜூன் மாதம் அவரைப் பார்த்திருக்கிறேன். அப்போது எடுத்த படம்தான் வீட்டிலுள்ளது. அப்ப எனக்கு 21 வயது. அவருக்கு 93 வயது. நான் அப்போது எம்.ஏ. படிக்கிற மாணவன்.

கமல்ஹாசன் உங்களுடைய எழுத்துக்களை விரும்பி வாசிக்கிறாரே. அவருடனான உங்கள் பழக்கம் குறித்து...

கமல்ஹாசன் நல்ல ரீடர். அவருடன் பேசிக்கொண்டிருக்கும் போது தொலைபேசி அழைப்பு வந்தால் தமிழ், மலையாளம், தெலுங்கு, கன்னடம் என எந்த மொழியிலும் சாதாரணமா பேசிட்டு வச்சுடுவார். அத்தனை மொழியும் தெரிஞ்சுருந்தா நமக்குத் தெரிஞ்ச விசயத்துக்கு என்னாலாம் பண்ணியிருக்கலாம்னு தோணும். Sense

of Humour உள்ள ஆளு. நல்லா ஜாலியா பேசுவாரு. கெட்ட வார்த்தை நல்லா பேசுவாரு.

பாரதிதாசன் கவிதையை நான் ஒருமுறை அவரிடம் சொன்னேன். அதற்குப் போட்டியா மலையாளப் பாட்டு சொன்னாரு. மாடிப்படில இருந்து காலிக்குடம் கீழே விழுது. அந்தச் சத்தம் எப்படியிருக்குங்கிறத பாட்டுல பதிவு பண்ணியிருக்கான். அந்தப் பாட்ட அப்படியே சொன்னாரு. குணா படத்துல வர்ற

இடங்கொண்டு விம்மி இணை கொண்டு இறுகி இளகி முத்து
வடங்கொண்ட கொங்கை மலை கொண்டு இறைவர் வலிய நெஞ்சை
தடங்கொண்ட கொள்கை நலம் கொண்ட நாயகி நல் அரவின்
படம் கொண்ட அல்குல் பனி மொழி வேதப் புரிபுரையே

என்ற அபிராபி அந்தாதியைத் தொலைபேசியில் அப்படியே சொன்னார். எட்டாங்கிளாஸ்தான் படித்திருக்கிறார். ஒருமுறை ஒரு புத்தகத்தைப் படித்துவிட்டு என்னிடம் தொலைபேசியில் The Lost Word of the man, கடைசி கடைசியா ஒரு மனிதன் சொல்ற வார்த்தையைப் பற்றிய புத்தகச் செய்தியைச் சொன்னார். நான் அவரிடம் சொன்னேன், வைஷ்ணவத்திலேயே இது இருக்கே. சர்வ வாயநிர்ணயம், சர்வ ஸ்லோக இரண்டு புத்தகம் இருக்கு. உலகத்துக்குக் கடைசியா என்ன செய்தி சொல்லிட்டுப் போறான்னு The last world of the acharyaன்னு சொன்னேன். வைணவம் சம்பந்தப்பட்ட சந்தேகம் இருந்தா கேட்டுக்குவார்.

The last word of the acharya – ***அதுக்கு என்ன பொருள்?***

ஒருத்தர் சாகப் போறப்ப எதாவது சொல்லுங்கன்னு கேட்கிறார். ஒருத்தர் கடற்கரையையும், மணல் வெளியையும் நினைத்திருங்கள் அப்படின்னு சொல்லிட்டுச் செத்துப் போயிடுறார். அப்படின்னா என்னா அர்த்தம்னா அந்தப் பக்கம் இராவணன் இருக்கிற இலங்கை இருக்கு. இந்தப் பக்கம் திருப்புல்லாணி கடற்கரையில இராமன் வில்லையும் அம்பையும் பிடிச்சுட்டு எல்லோரும் தூங்கும்போது காவல் காத்தானாம். அந்தக் காட்சியை நினைச்சுட்டுருங்கன்னு சொன்னார்.

கண்ணகி குறித்த விவாதம் மீண்டும் தொடங்கியிருக்கு?

காந்திராஜன், ஆவணப்படம் எடுத்துத் திரும்பத் தொடங்கியிருக்காரு. கண்ணகி குறித்த myth வந்து தமிழ்ச் சமூகத்துல முக்கியமான விசயம் இல்லையா. தமிழகம் தாண்டி வெளியில பரவுனது.

இலங்கையில பத்தினி தெய்வம்னு கண்ணகிய கும்பிடுறான். கிழக்கு இலங்கைல கண்ணகியம்மன் கோயில் மட்டக்கிளப்புல இருக்கு. மலையாளத்துல பகவதியம்மன்ற போல நிறைய ஊர்கள்ல கோயில் இருக்கு. குறிப்பா கொடுங்களூர் பகவதி கோயில். Secrets Champer Of Kodumpaloor இங்கிலீஸ்ல ஒரு புத்தகம் எழுதியிருக்கார். கொடுங் களூர் பகவதி கோயில் கர்ப்பக்கிரகத்திற்குப் பின்னாலதான் ஒரு Room பூட்டிக்கிடக்கு. எந்தப் பக்கமும் திறப்பில்லாத ஒரு அறை. இப்படி நிறைய கோயில்கள் இருக்கு. அதைக் கண்ணகியோட சமாதிங்கிறாங்க. கண்ணகி கதையும், சிலப்பதிகாரமும் ஆய்வுக்குரிய விசயம்தான். காந்திராஜன் ஆவணப்படத்த மதுரை சமணப் பள்ளிகள் இருக்கிற Route வழியாவே வந்துருக்காங்க. அன்னைக்கு பெருவழிகள்ங்கறதே Trade Routesதான். அவரோட கணிப்பு சரிதான். மதுரை வரைக்கும் நல்லா எடுத்துருக்காரு. ஆனா அதுக்கப்புறம் மேற்கே போற எடிசன்ல சரியா இல்ல.

தமிழ்ல மார்க்சிய விமர்சன மரபு தொ.மு.சி முதல் கேசவன் வரைக்கும் ஒரு தொடர்ச்சி இருந்தது. கேசவனுக்குப் பிறகு...

இருக்குது. 'தமிழர் வாழ்வியல்'னு ஒரு புத்தகம் கேசவனுடைய நண்பர், அதே அரசுக் கல்லூரியிலே வே. மாணிக்கம்னு ஒருத்தர் எழுதியிருக்கார். மார்க்சிய இயலுடைய தொடர்ச்சி. அந்த மாதிரி யாராவது வருவாங்க. நம்ம கண்ணுக்குத் தெரியலயே தவிர வருவாங்க. மாணிக்கமே ரொம்ப நாள் கழிச்சுதான் நமக்குத் தெரிஞ்சாரு.

பாண்டியர் வரலாறு எழுதிக்கொண்டிருப்பதா கேள்விப்பட்டோம்.

எழுதல. எழுதணும்னு ஆசைப்பட்டேன்.

பாண்டியர் வரலாறு ஏன்?

சேர, சோழ, பாண்டியர் மூணு பேர்ல பாண்டியர் குடிதான் பழைமையான குடின்ற எண்ணம் அந்தக் காலத்துலேயே இருந் திருக்கு. பாண்டியர்களை வெற்றி பெறுவதைத்தான் பெரிய வெற்றி யாகச் சோழர்கள் கருதியிருக்கிறார்கள். பாண்டியர் குடிதான் ரொம்பப் பழைய குடியாக அறியப்பட்டிருக்கு. பாண்டியர்களுடைய தெய்வம் தமிழ்நாட்டின் முதல் பெரும் தெய்வமான மீனாட்சி. பெண் முடிசூடி ஆண்டாள். பெண் அரசு ஆளுகைக்குக் கீழே தமிழ்நாடு இருந்தது. அரசு உருவாக்கம் அங்கிருந்து தோன்றியதற்கு அடையாள மாக இன்னும் ஆண்டுக்கு ஒருநாள் மீனாட்சிக்கு வேப்பம்பூ மாலை

அணிவிக்கிறார்கள். வேப்பம்பூ மாலை பாண்டியர்களோட குறியீடு. பாண்டியர் மீனாட்சிய வழிபட்டதா நின்று ஆண்டிருக்கார். இதுதான் பழைய அரசா இருக்கணும்.

பாளையங்கோட்டை தல வரலாறு குறித்த உங்கள் நூல்?

அது ஒரு சின்னப்புத்தகம். இன்னமும் அறியப்படாத கல் வெட்டுகள், செப்பேடுகள் நிறைய இருக்கு. வெளிநாடுகள்ல இது மாதிரி உள்ளூர் வரலாறு நிறைய இருக்கு.

தமிழ்ச் சமூகத்தில் பெரியார் பிரபாகரன் என்ற மிகப்பெரும் ஆளுமைகள் பற்றிய தங்களது பார்வை...

விடுதலைக்காக வாழ்ந்தவர்கள் இருவரும். பெரியார் சமூக விடுதலைக்காகவும் மனிதகுல விடுதலைக்காகவும் வாழ்ந்தவர். இன விடுதலைக்காக வாழ்ந்தவர் பிரபாகரன். இரண்டு பேரும் வாழுகிற காலத்திலேயே அங்கீகாரம் பெற்றவர்கள். பெரியார் பெற்ற வெற்றியைப் பிரபாகரன் பெறவில்லை. பன்னாட்டுப் படைகள் அதற்கு அனுமதிக்கலன்றதுதான் வருத்தமானது.

பெரியாரிஸ்டா இருந்து கோயில் சார்ந்த ஆய்வு செய்து, பண்பாடு சார்ந்தும், நாட்டார் தெய்வங்கள் பற்றியும் சொல்றீங்க. இப்பச் சொல்லுங்கய்யா கடவுள் இருக்காரா இல்லையா?

கடவுள்ன்ற ஒரு பொருள் இருக்க இயலாது. ஆறு விரல் மனுசனப் பார்த்திருக்கேன். மூன்று கால் மனுசனப் பார்த்திருக் கீங்களா? நான் பார்த்திருக்கேன். ஆப்பிரிக்க காடுகள்லன்னு சொன்னா, நீங்க என்ன நினைப்பீங்க? இருக்க இயலாது இல்லையா. ஒரு கன்னுக்குட்டி குருட்டுக் கன்னுக்குட்டியா பொறந்தா செத்துப் போயிறும். நிக்காது. கடவுள்ன்ற ஒரு பொருள் இருக்க இயலாது.

தசாவதாரம் படத்தின் கடைசி வசனம் உங்களோட பாதிப்புன்னு கேள்விப்படறோம். இப்ப சொல்லுங்கய்யா, கடவுள் இருந்தா நல்லாயிருக்குமா ஐயா?

இருந்தா நல்லாத்தான் இருக்கும். தீமையை அழிக்க ஒரு ஆள் வேணும். எனக்குப் பக்கபலமா என் ஆசையைச் செயல்படுத்த ஒரு ஆள் கிடைச்சா நல்லாத்தான் இருக்கும். இவன் சொல்ற

கடவுள் இவன மாதிரி இருந்து என் கை பட்டார்னா நல்லா இருக்கும். என் ஆசைகளுக்கு இணங்கி வந்தார்னா நல்லாயிருக்கும்.

திடீர்னு தெய்வம் உங்க முன்னாடி வந்து என்ன வேணும்னு கேட்டா என்ன கேட்பீங்க?

எனக்கு இப்படிக் கற்பனை கூட பண்ணமுடியல. அடுத்த பிறவிலயும் இந்த ஊர்லயே பிறக்கணும். அதுலயாவது சிலப்பதி காரத்த ஒழுங்காப் படிக்கணும்னு கேட்பேன்.

✸

காயம்படாத விளையாட்டை இனிமேல்தான் கண்டுபிடிக்கணும்

உள்ளதை உள்ளபடி மனதில் பட்டதை பட்டென்று எடுத்துச் சொல்லும் ஒரு சில பகுத்தறிவாளர்களில் முதன்மையானவரும், யாரும் எதிர்ப்புத் தெரிவிக்க இயலாதபடி தன் ஆழமான ஆராய்ச்சிகளால் ஆணித் தரமான கருத்துகளை அள்ளி வீசும் பேராசிரியர் தொ. பரமசிவன் அவர்களை அள்ளி வீசும் அவரது இல்லத்தில் சந்தித்தோம். அன்பாய் வரவேற்று, அருந்த எலுமிச்சைப் பழச்சாறு கொடுத்து இனிதே நலம் விசாரித்தார், அவர்களுடன் நடந்த விரிவான நேர்காணல் இது.

நேர்காணலின் துவக்கத்தில் "உங்களுக்கு வாசிப்புப் பழக்கம் உண்டா?" என்று நம்மைக் கேட்டார், "ஓஷோ புத்தகங்கள் அதிகம் படிப்பேன்" என்றதும், "மனம் என்றால் என்ன?" என்றார், நமது அமைதியைக் கண்டு அவரே பேச ஆரம்பித்தார்.

"மனம் என்றால் என்ன?"

நிச்சயம் மனம் என்பது ஒரு உறுப்பு அல்ல, இதயம், நுரையீரல், கண் போன்ற ஒரு பகுதி இல்லை. மூளையின் விநோதமான பிரதி பிம்பம்தான் மனம். இதைப் பற்றி ஏங்கல்ஸ் எழுதியுள்ளார். மனம் தான் இன்பத்திற்குக் காரணம். ஓஷோ நீடித்த இன்பம் பற்றிக் கூறுகிறார். அது நீடித்த இன்பமாக இருக்க முடியாது. அதற்கான முயற்சிதான் வஜ்ராயன புத்திசம். இதைத்தான் அவர் 'வாழ்க்கை இன்பமயமானது. இறந்தபின்பும் இறப்பை மகிழ்ச்சியாகக் கொண் டாடுங்கள்' என்றார். இந்த இன்பத்திற்குக் காரணம் மனம்.

அதுமட்டுமல்லாது, சூதாட்டம் எல்லாவற்றிற்கும் மனம்தான் காரணம். தர்மன் சூதாடினான், சூதாடாத அரசனே கிடையாது. யானை ஏற்றம், குதிரை ஏற்றம், வில்வித்தை இப்படிச் சூதாடாத

அரசன் எவனும் இல்லை. சூதும் வாதும் அரசர்களுக்கு வெற்றிக்கான விசயமாய் ஆனது.

நான் 'பல்லாங்குழி' என்று ஒரு கட்டுரை எழுதி இருக்கிறேன். பல்லாங்குழி என்பது நமக்குத் தெரியும் பெண்களால் ஆடப்படுவது. முதற் பூப்படைந்த பெண்ணின் தீட்டுக்குரிய காலத்திலும் கருவுற்ற பெண்கள் பொழுதுபோக்கிற்காகப் பல்லாங்குழி விளையாடுவது உண்டு. பெண்களுக்குச் சீர்வரிசைப் பொருள்களிலும் இடம்பெறும்.

இதில் ஒரு சமுதாய சமத்தன்மை குலைகின்றது. இருவர் ஆடும் பல்லாங்குழி ஆட்டத்தில் இருபுறமும் ஏழு குழிகள் இருக்கும். ஒரு குழிக்கு ஐந்து காய்கள் வீதம் துல்லியமான சமத்தன்மையுடன் ஆட்டம் துவங்கும். விளையாடத் தொடங்கிய உடனே சமத்தன்மை குலைகின்றது. எடுத்தாடுபவர் குழியில் காய்கள் தற்காலிக இழப்புக்கு உள்ளாகின்றன. குலைக்கப்பட்ட சமநிலை பின்பு எப்பொழுதும் வருவதில்லை. காய்களை எல்லாக் குழியிலும் போட்டு வரும் பொழுது எதிர்ப்படும் ஒரு வெற்றுக்குழியினைத் துடைத்துவிட்டு அடுத்தக் குழியில் உள்ளதை எடுத்துக்கொள்ளலாம். சிலருக்குச் சில நேரம் ஒன்றுமே கிடையாது. ஆட்டத்தில் ஒரு இடைநிகழ்வில் ஒரு வெற்றுக்குழியில் ஒவ்வொரு சுற்றுக்கும் ஒரு காயினை இட்டு வரும் பொழுது அது நாலாகப் பெருகிய உடன் அதனைப் பசு என்று அந்தக் குழிக்குரியவர் எடுத்துக் கொள்ளலாம். ஆட்ட இறுதியில் ஒருவர் தோற்றுப்போகிறபோது கையில் ஒரு குழிக்குரிய ஐந்து காய்கள் கூட இல்லாமல் நாலு காய்கள் மட்டும் இருந்தால் குழிக்கு ஒவ்வொரு காயினை இட்டும் ஆட்டம் தொடர்கிறது. இதற்கு கஞ்சிக்கடி அல்லது கஞ்சி காய்ச்சுதல் என்று பெயர். இதில் கஞ்சி என்பது வறுமையின் குறியீடு ஆகும். தோல்வியை நியாயப்படுத்துவதே பல்லாங்குழி. இந்தக் கட்டுரையை மார்க்ஸியம் படித்தவர்கள் எல்லாம் தமிழ்நாட்டில் பாராட்டுவார்கள் என்று நினைத்தேன். ஒருவர் மட்டும்தான் பாராட்டினார்.

அரசுருவாக்கத்தின் தோற்றத்தை நியாயப்படுத்துவதுதான் இந்த விளையாட்டு.

ஆனால் இப்பொழுது விளையாட்டிலும் சூதாட்டம் வந்துவிட்டதே?

"கேம் என்றாலும் கேம்ப்ளிங் என்றாலும் ஆங்கிலத்தில் ஒன்று தான். சூதாட்டம் என்பது ஏதோ ஒரு நம்பிக்கையில் விளையாடுவது தான். கிடைத்தால் கிடைக்கும் அவ்வளவுதான். வேட்டையாடுதல் என்பதும் இதேபோன்றுதான். கிடைத்தால் கிடைக்கும், இல்லை

என்றால் இல்லை. விளையாட்டு வேறு சூதாட்டம் வேறு இல்லை. பிறகு ஏன் விளையாட்டில் சூதாட்டம் நடத்துகிறார்கள் என்றால், இது எல்லாம் வேட்டைச் சமூகம் சார்ந்ததுதான்.

நிலப்பரிமாற்றம் நிலப்பங்கீட்டைக் குறிக்கும் விளையாட்டுதான் பாண்டி விளையாட்டு. தரையில் கீறி விளையாடுவோம். இதை யாராவது எழுதுங்கப்பா என்றேன். இதுவரை யாரும் எழுதவில்லை. பாண்டி விளையாட்டும் ஒரு சூதாட்டம்தான். இந்த விளையாட்டில் தள்ளி நின்று விளையாடுவது, பிறகு ஒரு கட்டத்தைக் கால்படாமல் தாண்டி விளையாடுவது என்று இருக்கும். இது எதைக் குறிக்கும் என்றால் மற்றொருவர் நிலத்தை நாம் மிதிக்கக்கூடாது, ஏனென்றால் அது அடுத்தவருக்குச் சொந்தம் ஆகிவிட்டது.

இதே போல் ஆயிரம் கால் பாண்டி என்றும் ஒரு விளையாட்டு உள்ளது. பெரிய கட்டம் போட்டு விளையாடுவது. விளையாட்டு என்றால் ஒரு ஒற்றுமை இருக்க வேண்டும். கூட்டு ஒற்றுமை இருக்க வேண்டும். 24 மணி நேரமும் தொலைக்காட்சியில் ஓடக்கூடிய கிரிக்கெட் என்பது Corporate காரர்களின் சூழ்ச்சிதான். இதில் எந்த வீரமும் இல்லை. ஒரு குழு ஒற்றுமையும் இருப்பதாக எனக்குத் தெரியவில்லை. கிரிக்கெட்டில் 'டீம் ஸ்பிரிட்' என்பது இல்லை. வேட்டையாடும் போது ஒரு மானை வீழ்த்த வேண்டும் என்றால் அவர்களுக்குள் ஒரு ஒற்றுமை இருக்கும், ஒற்றுமையோடு பிரிந்து நின்று வீழ்த்துவார்கள். இன்றும் கிராமங்களில் ஊர் கூடி வேட்டைக்குச் செல்வர். வேட்டையில் கிடைப்பதைப் பங்கு போட்டுக் கொள்வார்கள்."

அப்படி என்றால் வீரம் சார்ந்த ஜல்லிக்கட்டு விளையாட்டை நீங்கள் ஆதரிக்கிறீர்களா?

"ஆம், ஜல்லிக்கட்டு என்பது ஒரு வேட்டை சமூகத்தைச் சார்ந்த விளையாட்டு. மாட்டின் திமிலைப் பிடித்துக் கொண்டு ஒரு 30 அடி ஓடினாலே அவன் வெற்றி பெற்றவன்தான். அவனுக்குப் பரிசு உண்டு. மாடு அடக்குதல் என்பதை விட மாட்டை அணைதல் என்பதுதான் சரியானதாகும். இதை Wild animal என்று எவன் சொன்னது. Its not a wild animal it's a pet animal. மாடு என்ன காட்டிலா பிறந்து வளருது, அது வீட்டிலே பிறந்து மனிதனோடு வாழ்கிறது. காயம்படாத விளையாட்டு ஏதாவது இருக்கா, காயம்படாத விளையாட்டை இனிமேல்தான் கண்டுபிடிக்கணும். கிரிக்கெட்டில் ஒருத்தன் செத்துப் போனானே. அதைத் தடை செய்ய வேண்டியது தானே. இது தமிழர்களின் வீரவிளையாட்டு. பண்பாடு பாரம்பரியம்

சார்ந்தது. இதில் துன்புறுத்துவது என்பது இல்லை. ஜல்லிக்கட்டு மாடு வளர்ப்பவர்கள் யாரும் மாட்டுக்கறிச் சாப்பிட மாட்டார்கள். மேலும், ஜல்லிக்கட்டு மாடு யார் வயலிலும் போய் பயிர் பச்சையைச் சாப்பிட்டாலும் அதை யாரும் விரட்டக்கூட மாட்டாங்க. பிராணிகள் வதை என்பதை எளிய மக்களின் பண்பாட்டிலிருந்துதான் பார்க்க வேண்டுமா? ஏன் ராணுவத்தில் தினமும் மாட்டுக்கறி கொடுக்கறீங்களே, அதை முதலில் தடை செய்யுங்கள்.

ஜல்லிக்கட்டை தடை எல்லாம் செய்ய முடியாது. இத்தனை வருடமா ஓடிக்கிட்டுதான் இருக்கு, இனியும் இது ஓடும். வாடி வாசலில் அத்துகிட்டு ஓடுவதுதான் ஜல்லிக்கட்டு மாடு, கட்டிக் கிடக்கும் மாடு அவிழ்த்துக்கிட்டு ஓடுனா என்ன செய்ய முடியும். எந்த சுப்ரீம் கோர்ட் வந்து தடை செய்ய முடியும்? தொழுவத்தில் அவிழ்த்து விடுவதுதானே ஜல்லிக்கட்டும். மாடு ஓடத்தான் பார்க்கும் யாரையும் முட்ட நினைப்பது இல்லை, இதில் சூதாட்டத்திற்கு வேலை இல்லை.

அயல் நாடுகளில் Thanks giving day, harvesting day, easter day என்றெல்லாம் கொண்டாடுகிறார்கள், இவை எல்லாம் harvesting festival தானே. நாம் வெப்ப மண்டலத்தைச் சேர்ந்தவர்கள். அதனால் நாம் சூரியனுக்கு நன்றி செலுத்துகின்றோம். இதைத் தடை விதிப்பது என்பது மேல்தட்டு மக்களின் ஆதிக்கம். அவர்கள் யாரும் இந்த விளையாட்டிற்குள் வரமாட்டார்கள்.

இது திராவிடப் பண்பாடு. நாம் விலங்குகளைத் தெய்வமாக வணங்குபவர்கள் இயற்கையை, சூரியனை, நிலத்தை, நீரை வணங்கு பவர்கள்..."

பெரியார் கொள்கைகளைப் பின்பற்றும் நீங்கள் ஆன்மீகம் பற்றிப் பேசுகிறீர்களே, இது மூடநம்பிக்கை சார்ந்தது இல்லையா?

15 வயதில் அப்பாவிற்கு தெவசம் கொடுக்கமாட்டேன் என்றேன். பெரியாரின் வாழ்க்கையும் நோக்கமும் மக்களின் கண்ணியமான வாழ்விற்கான போராட்டமாக இருந்தது. அதனால்தான் ஆண்டு முழுவதும் வெட்டவெளியில் மண் குவியலாகக் கிடந்த ஆண்டிற் கொருமுறை உயிர்கொண்டெழும் நாட்டார் தெய்வங்களை அவர் எதிர்கொள்ளவில்லை. மாறாக அதிகார மையமாகிய கோயில் களையும் அதனை மையப்படுத்திய மனித ஏற்றத்தாழ்வுகளையுமே அவர் எதிர்த்தார்.

நான் சிறுதெய்வ வழிபாட்டையும், நாட்டார் வழக்காறு களையும், அவர்களின் நம்பிக்கைகள் பற்றியும்தான் பேசுகிறேன். எங்க சாமி புலால் சாப்பிடும், புலால் சாப்பிடாத சாமி எங்க சாமி இல்லை. என்னைத் தொடாத அம்மா எங்க அம்மா இல்லை.

எங்க வீட்டுக்கு அடுத்த வீதியில் எங்க குலதெய்வம் ஒரு அம்மன் கோவில் இருக்கு. எங்க உறவினர் யாராவது இறந்துவிட்டால் அந்தக் கோவில் கோபுர விளக்கு அணைக்கப்படும். கோவில் கோபுர விளக்கு அணைக்கப்பட்டு இருந்தால் கோவில் மூடி உள்ளது, பூஜைகள் ஏதும் நடைபெறவில்லை, யாரோ இறந்துவிட்டார்கள் என்று அர்த்தம். அந்த இரண்டு நாட்களும் எங்க அம்மா பட்டினி கிடப்பாள். மூன்று வேளை பூஜை கிடையாது. எங்களுக்காக எங்க அம்மா தன்னை வருத்திக் கொண்டு பட்டினி கிடக்கிறாள். இறந்த உடல் கடந்து சென்ற பிறகு அம்மனைக் குளிக்க வைத்துப் பிறகு வழக்கம் போல் பூஜைகள் தொடரும். இது போன்ற நிகழ்வுகள் அனைவரும் நம்புகிறார்கள்.

எல்லோருக்கும் நன்மை வேண்டும், எனக்கும் நன்மை வேண்டும். ஆபத்தில்லாத ஆன்மீகம் யாரையும் காயப்படுத்தாத ஆன்மீகம். எனக்குக் குத்துவிளக்கு ஆன்மீகம் மிகவும் பிடித்தது. இது ஒரு ஆபத்தில்லா ஆன்மீகம். இது பெண்களின் தனி உரிமை. திருக்கார்த்திகை விழா எனக்குப் பிடித்த ஒன்று, இது ஒரு Pre Ariyans Festival. நான் அதிகம் விளக்குகள் சேகரித்து வைத்து உள்ளேன். திராவிட நாகரிகத்தின் Symbol ஆக RC விளக்கு உள்ளது. கிறித்துவர்கள் பயன்படுத்திய சிலுவை போன்ற விளக்கும் என்னிடம் உள்ளது. அருகில் உள்ள வாககுளம் விளக்கு மிகவும் புகழ்பெற்றது. ஆ. ராகவன் எழுதிய 'தமிழ்நாட்டின் திரு' விளக்குகள் என்ற புத்தகத்தில் விளக்குகள் பற்றி அதிகம் எழுதி உள்ளார். என் மனைவி விளக்கு ஏற்றும் பொழுது கொல்லைக் கதவைச் சாத்திவிட்டுத்தான் விளக்கு ஏற்றுகிறார். வரும் லட்சுமி பின்வழியாகப் போய்விடாதாம். இது அவரது நம்பிக்கை.

இப்படி அவரவர் விருப்பத்திற்கு ஏற்ற நம்பிக்கைகளை நம்பு கின்றனர். நான் அந்த நம்பிக்கைகளைப் பார்க்கிறேன்.

ஆபத்தில்லாத நம்பிக்கைகள் இருந்துட்டுப் போகட்டும், எனது உறவினர் தோட்டத்திற்குச் சென்று இருந்தோம். அங்கு தோட்டத்தில் வேலை பார்ப்பவர் என்னிடம் 7 கோழி முட்டைகளைக் கொடுத்தார். கொடுத்தவர் முட்டைகளைப் பொரித்து சாப்பிடுங்கள், கோழி அடையில் இருக்கு என்றார். என் மனைவியும் அதை ஏற்றுக்கொண்டார்.

முட்டை அடையில் இருக்கும் பொழுது அவிக்கக்கூடாது என்பது அவர்களது நம்பிக்கை. நம்பிக்கைகளால் கட்டப்பட்டதுதானே சமூகம். இப்படி ஆபத்தில்லாத நம்பிக்கைகள் ஆபத்தில்லாதது தான். ஆனால் ஜாதிகள்தான் ஆபத்தானவை."

ஜாதியை ஒழிக்கவே முடியாதா?

'ஜாதியை ஒழிக்க முடியாது; ஆனா கரைக்கலாம். ஜாதி பொய்யும் இல்லை உண்மையும் இல்லை. உணவுப் பழக்கம் உடைப்பழக்கம் இப்படி வேறுபடுகிறதே. இது ஒவ்வொரு ஜாதியில் உள்ளவருக்கும் மாறும். ஒவ்வொருவருக்கும் ஒவ்வொரு விதமான நம்பிக்கைகள். எங்க வீட்டில் வைக்கின்ற புளிக்குழம்பு ஒரு விதச் சுவையுடன் இருக்கும். வேறு ஜாதியில் உள்ளவர்கள் வீட்டில் வேறு சுவையில் இருக்கும். ஜாதி ரீதியான மொழி என்பதும் வேறுபடும்.

யாராவது என்னிடம் வந்து பேசினால் அவர் எங்கிருந்து வருகிறார். எந்த ஊர், எந்தத் தெரு என்பதைத் தெரிந்து கொள்ளலாம். இது உண்மை, ஆனால் அதுவே எல்லாவற்றையும் தீர்மானிக்கும் என்றால் அது பொய்.

ஜாதியை ஒழிக்கணும்னு போராடுவது எல்லாம் சும்மா. அது முடியாத காரியம். ஆனா நிச்சயம் கரைக்க முடியும். ஒரு தாயும் தந்தையும் ஒரே ஜாதியில் திருமணம் செய்து கொண்டார்கள். அவர்களது குழந்தையை வேறு ஜாதியில் திருமணம் செய்து கொடுக்கட்டும், இன்னொரு குழந்தையை மற்றொரு ஜாதியில் திருமணம் செய்து கொடுக்கட்டும், இப்படியே செய்தார்கள் என்றால் ஒரு ஐந்து தலைமுறையில் நிச்சயம் ஜாதி கரைந்துவிடும். இதைத் தான் பெரியாரும் சொன்னார். ஆனால் அதிலும் சிக்கல் வரத்தான் செய்யும்.

'கருப்பாயி என்ற நூர்ஜஹான்' என்ற நூலில் மதமாற்றத்தைப் பற்றி எழுதி இருப்பார்கள். மீனாட்சிபுரம் மதமாற்றம் நாம் எல்லாரும் கேள்விப்பட்டு இருக்கிறோம். தலித்துகள் மதமாற்றம் செய்யப் பட்டனர். அங்கே மதமாற்றம் தோல்விதானே. இங்கே பெரியார் தோற்றார். அம்பேத்கர் தோற்றார். எல்லாரும் தோற்றார்கள். இருந்தும் அந்த வழியில் போய்த்தான் ஜாதியைக் கரைக்க வேண்டியிருக்கிறது.'

அப்படி என்றால் தலித்துகள் தனது ஜாதியைச் சொல்ல வெட்கப் படுவதால்தான் மதமாற்றம் செய்கிறார்களா?

"20ஆம் நூற்றாண்டு வரை செய்த மதமாற்றங்கள் ஓரளவு வெற்றி பெற்றன. ஆனால் இப்பொழுது வெற்றியை மட்டுமே

நோக்கமாகக் கொண்டு செயல்படும் மதமாற்றங்கள் தோல்வி அடைகின்றன. இதற்கு மீனாட்சிபுரம் நிகழ்வு மற்றும் கருப்பாயி என்ற நூர்ஜகான் என்ற குறுநாவல் போன்றவை உதாரணம்."

பெருந்தெய்வங்கள் சிறுதெய்வங்கள் பற்றிய பார்வைகள் குறித்து என்ன கருதுகிறீர்கள்?

புராண நம்பிக்கைகளுக்கும் புராதன நம்பிக்கைகளுக்கும் இணைக்கும்படியாக இருக்கக் கூடாது. பெருந்தெய்வங்கள் பிராமணர் களால் உருவாக்கப்பட்டது. இவை அனைத்தும் இடைச்செருகல்களே. சிவபெருமான் ஒரு இனக்குழுத்தலைவன்தான். பிராமணர்களால் உருவாக்கப்பட்ட இந்தப் பெருந்தெய்வங்களும் பிராமணர்களும் தான் சாப்பிடும் பொழுது கூட கதவைச் சாத்திவிட்டும் திரையை மூடிவிட்டும்தான் சாப்பிடுவார்கள். ஆனால் எங்கள் தெய்வங்களும் நாங்களும் அப்படி இல்லை. எல்லோருக்கும் தெரியும்படிதான் தெய்வத்திற்கும் படைப்போம். படைத்ததைப் பங்கிட்டுக் கொடுப்போம். எங்கள் வீட்டில் நாங்கள் சாப்பிடும் பொழுதுகூடக் கதவைத் திறந்து வைத்துத்தான் சாப்பிடுவோம்.

சிறுதெய்வங்களுக்கு மகனோ மகளோ கிடையாது. இப்படி வாரிசுகளைத் தெய்வங்களாக வழிபடுவது இல்லை. ஏனென்றால் அவர்களின் வாரிசுகள் நாம்தான்... இப்படி நம்மோடு வாழ்ந்தவர் களை, வாழ்ந்து மறைந்தவர்களைத்தான் நாம் தெய்வங்களாக வழிபடுகின்றோம்.

அப்ப சாமி சாராயம் கேட்கிறது என்பது மூடநம்பிக்கை இல்லையா?

"சாமியே மூட நம்பிக்கைதான், அப்புறம் படைக்கிறது, கும்புறது எல்லாம் ஒன்றுதான். சாமிக்குத் திருவிழா வேண்டும், என்னை மாதிரியே சாமிக்கு ஆட்டம் என்பது எல்லாம் ஒரு நம்பிக்கைதானே. கடவுள் இருக்கிறார். இருந்துகிட்டுப் போகட்டும். நமக்கு இடையில் சண்டையை மூட்டக்கூடாது. உனக்கு ஒரு அடையாளம் எனக்கு ஒரு அடையாளத்தைக் கொடுத்திருக்கிறார். அவருக்குன்னு ஒரு அடையாளம் இருக்கக்கூடாது, அந்த அடையாளத்தை நாம் திணிக்கக்கூடாது. அதைத்தான் நான் சொன்னேன். கடவுள் இல்லை என்று சொல்லவில்லை. இருந்தா நல்லா இருக்கும்...

காலகாலமாக மதுப்பழக்கம் இருந்துதான் வருகிறது. சோறு என்பதற்கு தமிழில் 20 வார்த்தைகள்தான் இருக்கு, ஆனால் மதுவிற்கு 40 வார்த்தைகள் இருக்கு. நிகண்டில் இருக்கு. காலம் காலமாகக் கலாச்சார ரீதியாக மதுவிற்கு அடிமையாகத்தான் இருக் கிறார்கள். மது உணவின் ஒரு பகுதி. அளவோடு சாப்பிடுபவரை மது ஒன்றும் செய்வது இல்லை. நுகர்வுக்கான விசயங்களை நாம்

தவிர்க்க முடியாது. ஏனென்றால், இன்னும் நாம் தெய்வங்களுக்கு மதுவைத்தான் படைக்கின்றோம். கருப்பசாமியும், காத்தவராயனும், மதுரை வீரனும் சாராயம் கேட்கிறார்களே. நாமும் படையல் வைக்கிறோம், சாமி சாராயம் குடிக்கும் பொழுது மனுசன் குடிக்க மாட்டானா. அப்ப சாமி ஒழுக்கம் கெட்டவன்னு ஆகிவிடுமா என்ன?"

வாழும் தெய்வங்களைப் போல் செத்த தெய்வங்கள் ஏதும் உள்ளதா?

"வெள்ளைச்சாமி, பலராமன், அக்னி, இந்திரன், குபேரன் இப்படிச் சொல்லிக் கொண்டே போகலாம். குபேரனுக்கு ஒரே சிலை ஒரே இடம்தான் உள்ளது. அது திருப்பதியில். அது வியாபாரிகளின் தெய்வம், என்னைப் பொறுத்தவரையில் அது ஒரு நிறுவனம்.

பிள்ளையார் நம் தெய்வம் கிடையாது. இது வாதாபியில் இருந்து சித்பவன பிராமணர்களால் கொண்டுவரப்பட்டது. இதைப் பாலகங்காதர திலகர் அதிகம் வளர்த்துவிட்டார். உச்சிஸ்ட கணபதி என்ற ஒரு பிள்ளையாரை நீங்கள் பார்த்து இருக்கலாம். அவர் மடியில் ஒரு பெண் இருப்பார், பிறப்பு உறுப்பை மறைத்தபடி, அவள் அதிகப் பிள்ளைகளைப் பெற்றெடுத்தவள் என்பதால் இப்படி அந்தச் சிலை இருக்கும். என்னை ஒரு பிராமணப் பெண்மணி கேட்டார், நீங்களும் பிள்ளையாரை வழிபடுகின்றீர்களே என்று. ஆமாம் எங்கள் வீட்டுப் பிள்ளையார் கல்லுப்பிள்ளையார் கரைக்கிற பிள்ளையார். நீங்கள் மண்பிள்ளையாரை வழிபடுகின்றீர்கள். வழிபட்டுவிட்டுக் கரைத்து விடுகிறீர்கள் என்றேன். வடநாட்டில் கல்லுப்பிள்ளையார் கிடையாது. நம்ம ஊரிலும் அன்று செய்து அன்றே அழிகிற தெய்வம் என்று சில தெய்வங்களை இப்படி மண்ணில் செய்து பூஜை செய்து வழிபட்டு பின்பு கரைத்துவிடுவர். இதற்கு உக்ரதேவதை என்பர், இவர்கள் கூட வாழ முடியாது. பிள்ளையாரும் உக்ரதேவதைதான். பிள்ளையாரை நிரந்தரமாக வைத்துக் கும்பிட முடியாது. நம்ம பிள்ளையார்பட்டியில் உள்ள பிள்ளையார். 6ஆம் நூற்றாண்டில் வியாபாரிகளால் கொண்டு வரப்பட்டது. தமிழ்நாட்டில் அந்தப் பிள்ளையார்தான் ரொம்ப ஆதிகாலத்துப் பிள்ளையார்.

பத்ரகாளி தெய்வம் ஓலை சம்பந்தப்பட்டது. பத்ரம் என்றால் ஓலை என்று பொருள். ஆங்கிலத்தில் Safe பத்திரப்படுத்துதல், ஓலை காளிதான் பத்ரகாளி. அந்தக் காலத்தில் ஓலையில் எழுதினார்கள் அதைப் பத்திரப்படுத்தினார்கள். அதைத்தான் நாம் இப்போது பத்திரம் எழுதுதல் என்று சொல்கிறோம். ஓலை அதிகம்

பயன்படுத்துவது பனைத்தொழில் செய்யும் நாடார் சமூகத்தைச் சேர்ந்தவர்கள். இதனால் நாடார்கள் அதிகம் பத்ரகாளியை வழிபடு கின்றனர்."

அப்படியானால் ஜோதிடவியல் என்பதை எப்படிப் பார்க்கிறீர்கள்?

"இதுவும் பிராமணர்களின் வேலைதான். astronomy உண்மை, astrology பொய். கோள், கிரகங்கள் எல்லாம் இயங்கிக் கொண்டு தான் இருக்கு. கிரகம் இயங்குவது ஆனால் அது உன்னை இயக்கவில்லை. Its an undeveloped science. We don't know something but there is something. இது வானசாஸ்திரம், மாடு மேய்ப்பவனுக்குக் கூட வானசாஸ்திரம் தெரியும். வானத்தைப் பார்த்துச் சரியான நேரத்தைச் சொல்வான். நானும் வானத்தைப் பார்த்து நேரத்தைச் சொல்வேன். ஆனால் இப்போது வயதாகிவிட்டதால் முடியவில்லை. வலது கண்ணில் சற்றுப் பிரச்சனை."

ஆன்மீகத்தில் அறிவியல் சார்ந்த உண்மைகள் உள்ளதாகச் சொல்கிறார்களே? கோவிலின் ஒவ்வொரு அமைப்பும் ஒரு வித அறிவியல் தன்மை உடையது. உதாரணமாக கோவிலில் விழுந்து வணங்குவதும் ஒரு வித யோகா, அதனால் உடம்பிற்கும் நன்மை தான் என்கிறார்கள், இதையும் பொய் என்கிறீர்களா?

"எதில் அறிவியல் இல்லை சொல்லுங்க, எல்லாவற்றிலும் அறிவியல் இருக்கு. எங்க வீட்டுல வைக்கிற புளி குழம்புல கூடத்தான் அறிவியல் இருக்கு. என் மனைவிக்கும் அறிவியல் தெரியும், அடுப்பைப் பற்றவைத்து பாத்திரத்தை எடுத்து வைக்கிறது இயற்பியல். அதில் எவ்வளவு உப்பு போடணும், என்னென்ன சேர்த்துக் கலக்கணும் என்பது வேதியியல், எவ்வளவு கலக்கணும் என்பது கணிதம், இதில் ஒரு சோஷியாலஜி உள்ளது. இப்படி எல்லா விசயத்திலும் அறிவியல் இருக்கு, காற்று அனைவருக்கும் சொந்தம். அறிவு எல்லாருக்கும் பொதுவானது. அறிவியல் எல்லோருக்கும் சொந்தம்.

பள்ளிகளில் யோகா கற்றுக் கொடுக்கிறார்கள். அதைக் கற்றுக் கொடுக்கக் கூடாது என்றுதான் சொல்வேன். யோகா என்பது செயலற்ற தன்மை, குழந்தைகள் செயலற்ற தன்மையில் இருக்கக் கூடாது. காலத்தை உடைக்கக் கூடாது. இது காலத்தைக் கொல்லும் முயற்சி."

பிரான் யோகேஷ்
தீராநதி, ஆகஸ்ட் 2014

தொல் தமிழர்களின் சுற்றுச்சூழல் அறிவியல்

தமிழர்கள் பொருளிலக்கணத்தில் காலத்தை ஆறாக வகுக்கிறார்கள், அது என்னவிதமான பொருத்தப்பாடு?

உலகத்தில் ஒவ்வொரு நாட்டுக்கும் ஒவ்வொரு வகையான வானியல் இருக்கிறது. இந்த வானியல், சோதிடத்தை அடிப்படையாகக் கொண்டிருக்கிறது. இதை முதன்முதலாகச் சொன்னவர்கள் கிரேக்கர்கள். அப்புறம், சங்ககாலத் தமிழர்களும், சங்க காலத்து வாழ்ந்த ஆரியர்களும் ஒரு கணிப்பு வச்சிருந்தாங்க. காலத்தை வகுத்த முன்னோடி தமிழனே. நாள்காட்டியைக் கண்டுபிடிச்சது, ஆடு மாடு மேய்க்கிறவங்கதான். ஆடு மாடுகளைப் பத்திவிட்டுத் திறந்தவெளியில் படுத்துக்கிட்டு ஆகாயத்தைப் பார்க்கிறபோது, இந்த நட்சத்திரத்த இந்த இடத்தில் பார்த்தால் மழைவரும். இந்த நட்சத்திரத்த இந்த இடத்தில் பார்த்தால் அடுத்த மாசம் பொறந்தாச்சு, என்று கண்டுபிடித்தார்கள்.

தமிழின் ஐவகை நிலங்களில் அதிகம் பாடப்பட்ட நிலம் என்று குறிப்பாக ஏதாவது உள்ளதா?

முல்லைதான். அதுதான் நாகரிகத்தின் தொட்டில். அவன் தான் வீட்டிற்குள் அடைந்து கிடக்காமல் தெருவில் நின்று இயற்கையை வாசித்தவன். இராமநாதபுரம் மாவட்டத்தில் இன்றும் அப்பழக்கம் தொடருகிறது. கறி, மீன் சாப்பிட்ட இலைகளில் மோர் ஊற்றி சோறு சாப்பிடுவதில்லை. காரணம் இறைச்சி சாப்பிட்ட இலையில் புனிதமான பசுவின் மோரை ஊற்றக்கூடாது என்கிற கோட்பாடு. பிற உயிர்களை மதிப்பதுதான் இதற்கு அடிப்படை. தலைசீவினால் முடி கழியும். அது மாட்டின் வயிற்றுக்குள் போய் விடக்கூடாது என்பதற்காகத் தூரத்தில் சென்று போடுவார்கள். எதற்கும் ஒரு சார்பு நிலை இருக்குதுங்க. இதெல்லாம் ஐன்ஸ்டீனைப் படிச்சு வரல, தானா வந்தது. "வரப்புயர நீர் உயரும், நீர் உயர நெல் உயரும், நெல் உயர குடி உயரும், குடி உயரக் கோன் உயர்வான்" என ஒன்னுக்கொண்ணு சார்ந்துதான இருந்தது. இதை அவர்கள்

நன்றாகப் புரிந்து கொண்டார்கள். 'மங்கும் காலம் மாங்காய், பொங்கும் காலம் புளி' என்று சாதாரணமாகச் சொன்னார்கள். மழை நன்றாகப் பெய்தால், மாங்காய் நன்றாகக் காய்க்கும். மழை இல்லேண்ணா, புளி நன்றாகக் காய்க்கும், புளி நன்றாகக் காய்ச்சிருந்தாலே, மற்ற பயிர்கள் மழை இன்றி பட்டுப்போகும்னுதான் அர்த்தம். நம்பிக்கை, நம்பிக்கைங்கறது, பல காலம் பார்த்துப்பார்த்து வர்றது தானே.

தொல்காப்பியத்துக்கு முன்னால நமக்கு பனுவல் இருக்கா?

திடீர்னு ஒருநாள் ஒரு பனுவல் வர முடியாதில்லையா? என் வீட்டிற்கு வருகிறீர்கள், என் புகைப்படங்களைக் காலவரிசையில் பார்த்துக்கொண்டு வருகிறீர்கள், 18 வயதில் ஒரு புகைப்படம் இருக்கு. 18 வயதுக்கு முந்தின புகைப்படம் இல்லை. அப்ப நான் இல்லண்ணு பொருளா? என்னோட மூணு அல்லது ஐந்து வயசு புகைப்படம் இல்லைன்னு வச்சுக்குங்க, அப்போது நான் இல்லேண்ணு பொருளா? நான் இருந்திருக்கேன் புகைப்படம் எடுக்கலண்ணுதான பொருள். அப்படியெனில், இவ்வளவு பெரிய வளர்ச்சி திடீர்னு வந்திருக்க முடியாதுதானே. ஏற்கனவே, ஏதாவது ஒன்று இருந்திருக்க வேண்டும். இதைத்தான். தொல்காப்பியர் முந்தியோர் மரபு, மேலை மரபு, ஏனை மரபு என வேறு சில வார்த்தைகளில் சொல்றாரு.

அந்தத் தொல்காப்பியம் இயற்கையை எப்படி விளக்குகிறது? தொல்காப்பியத்தில் இயற்கை, சுற்றுச்சூழல் பற்றி என்ன சொல்லப் பட்டிருக்கிறது?

'செந்தமிழ் இயற்கை சிவனிய நிலத்தோடு முந்து நூல் கண்டு முறைப்பட எண்ணி' எனத் தொல்காப்பியம் எழுதப்பட்ட விதம் பற்றி முன்னுரையில் சொல்கிறார். செந்தமிழ் இயற்கை சிவனிய நிலம் தமிழ் மக்கள் இயற்கையோடு பொருந்திய வரலாறு. அதுதான் தொல்காப்பியப்பாயிரம், பாயிரம் என்றால் முன்னுரை.

தொல்காப்பியமே இயற்கை சார்ந்த விசயமா?

இயங்குகிற எல்லா உயிர்களும் இயற்கை சார்ந்தவைதான். நானும் நீங்களும் உட்பட 'செந்தமிழ் இயற்கை சிவனிய நிலத்தோடு முந்துநூல் கண்டு முறைப்பட எண்ணி புலம்தொடுத்தோனை போக்கறு' பனுவல் வரிசையா ஒன்னொண்ணா சொல்லிட்டு வருவார். தொல்காப்பியம் வேதம் மாதிரி ஒரு புனிதமான பனுவல் இல்ல. தொல்காப்பியத்துல கம்ப்யூட்டர் பத்தி சொல்லப்பட வில்லை. ஆனா வேதத்துல இருக்குண்ணு, பார்ப்பனர்கள் ஏதாவது ஆதாரத்தைக் கொண்டு வந்துகாட்டுவார்கள்.

ஐந்திணைகளை வகுத்தது யார்?

திணைகளை வகுத்தது இயற்கைதான். திணைகள் என்பது நிலவெளி. பேருந்தில் போகும்போது வெளியே பார்த்துக் கொண்டே போவேன். நான் ஒருமுறை காளையார்கோவில் போகிறவழியில், வெள்ளை வெள்ளையா ஒரு மரம் பார்த்தேன். இது என்ன மரம்? நாம் பார்த்ததேயில்லையேண்ணு ரொம்பநாளா யோசிச்சுக்கிட்டே இருந்தேன். அப்புறம் ஒருமுறை தெரிஞ்ச நண்பரோடு போகும்போது அவர் சொன்னார். அது "வெவ்வேலா" அப்படிண்ணு. ஏதோ கிரேக்கப் பெயர் மாதிரி இருக்கேண்ணு யோசிச்சேன். அப்புறம்தான் புரிஞ்சது, அது வெள்வேலமரம். அடிமரம் வெள்ளையா இருக்கும். வேல மரம் மாதிரி வெள்வேல மரம், வெட்டி உரத்துக்குப் போடுவாங்க, அதே மாதிரி ஒவ்வொரு வட்டாரமும் ஒரு பொருளாதார மண்டலங்கள். சங்கரன்கோவிலில் விளைகிற தினை மானூர்ல விளையாது. மானூர்ல விளைகிற மிளகாய்வற்றல் திருநெல்வேலி நகருக்குள் விளையாது. சின்னச்சின்ன பொருளாதார மண்டலங்களா வகுத்திருந்தாங்க.

எப்படிப் பொருளாதார மண்டலம் என்று சொல்கிறீர்கள்? சூழலியல் மண்டலம் என்று சொல்லாமல்?

சூழலியலா உள்ளதுதான். மிகை உற்பத்தியாக வரும்போது விற்பதற்குப் போகிறார்கள். அவர்கள் வயலில் விளைஞ்ச மிளகாய், மிகையாகும்போது விற்கத்தானே வேண்டும். விற்கப் போகும்போது அது எப்படி இருந்திருச்சுன்னா ஒன்றையொன்று சார்ந்து இருந்திச்சு. நான் ஒரு வட்டம் போட்டுக்காட்டுறேன் (ஒரு தாளில் வட்டம் வரைந்து விளக்குகிறார்) ஒரு மண்டலத்தைத் தொட்டு அடுத்த மண்டலம் இருக்கும். ஒன்னுக்கொண்ணு உறவு இருக்கும். இடையில் ஒரு ஆறு ஓடும் அவ்வளவுதான். வணிக வழிகள் எப்படி இருக்கும் என்று சொன்னால் ஒரு ஊருணி தாவளம் இருக்கும். தாவளம்ணா, இப்ப நீங்க சொல்ற மோட்டல்தான். விநாயகருக்கு தாவள விநாயகர்ணு ஒரு பெயர் உண்டு. ஒவ்வொரு தாவளத்திலும் ஒரு விநாயகரை வச்சிருப்பார்கள். வியாபாரிகளுக்கு தேசிகன் என்றும் ஒரு பெயர். நாலு திசைகளுக்கும் பயணம் செய்வதால் ஞானதேசிகன் என்றும் பெயர். தேசிக விநாயகம்ணு பிள்ளைகளுக்குப் பெயர் வைப்பார்கள். இந்தத் தங்க நாற்கரச் சாலையால அழிந்துபோன கல்மண்டபங்கள் எக்கச்சக்கம்.

கல்மண்டபம் என்றால் தங்குகிற இடம் இல்லையா?

ஆமாம். அங்க ஒண்ணும் இருக்காது. பெரிய கல் மண்டபம். பெரிய தங்குகிற இடம் என்றால் பக்கத்தில் ஒரு கிணறு இருக்கும். கிணறு இல்லாமல் இருக்காது. சங்கரன்கோவில் போகும்போது பார்த்திருக்கேன். குற்றாலம் போறப்பவும் நிறையப் பார்க்கலாம்.

பசுமைப்புரட்சிக்கு அப்புறம் நிறைய பூச்சிகள் எல்லாம் அழிஞ்சு போச்சு, பி.எல். சாமி சங்க இலக்கியத்தில் பூச்சிகள்ணு ஒரு புத்தகமே எழுதியிருக்கிறார். பசுமைப்புரட்சிக்கு முன்னால இயற்கை சார்ந்த ஒரு சூழற்சி இருந்திருக்கிறதல்லவா. அந்தச் சூழற்சி எப்படிப் பதிவாகியிருக்கு? கண்ணிண்ணு நாம் எல்லோரும் சொல்கிறோம். அந்தக் கண்ணி எப்படிப் பதிவாகியிருக்கு?

மழையைச் சொல்கிறார்கள். மேகத்தைச் சொல்கிறார்கள். பெய்கிற மழையைச் சொல்கிறார்கள். பாய்கிற தண்ணியைச் சொல்கிறார்கள். வரப்பைச் சொல்கிறார்கள். வயலைச் சொல்கிறார்கள். வயலில் விளைகிற நெல்லைச் சொல்கிறார்கள். மீனைச் சொல்கிறார்கள். அப்புறம் வயலில் பாட்டுப்பாடி நெல் வாங்கிக் கொண்டு போகிற பாணர்களைச் சொல்கிறார்கள். பாணர்கள் களம் பாடுவது இல்லை. மதுரை மாவட்டத்துல நெல் அறுவடைக் காலத்தில், களத்திற்குச் சென்று, பாணர் சமூகத்தைச் சார்ந்தவங்க, களம்பாடுவாங்க. அறுவடைக் காலத்துல நெல்களத்துல போய் 'பட்டிபெருக, பால் பானை பொங்க, எட்டு லெச்சுமியும் ஏறிவிளைய' என்று பாடுவார்கள். பொலிக! பொலிக! பொலிக!ண்ணு நெல் பொலி தூற்றும்போது பாடுவார்கள். பொலிக என்றால் 'பெருக' என்று பொருள். "பொலிக பொலிக பொலிக போயிற்று வல்லுயிர்ச் சாவுண்ணு" நம்மாழ்வார் பாட்டு ஒண்ணு இருக்கு. அதுபோல, நெல் வாங்கிச் செல்வார்கள். விளைவதில் பாணர்களுக்கும் ஒரு பங்கு இருந்தது. ஆனா இந்த மந்திரவாதி, வாயைக்கட்டுறவன், அவர்களுக்கெல்லாம் ஏதுமில்லை. பூச்சிக்கொல்லி மருந்தென்ற எதையும் பயன்படுத்தவில்லை. பூச்சிக்கொல்லி மருந்தாகப் பூச்சிகளையேதான் பயன்படுத்தியிருக்காங்க. மாற்றுப்பயிர் முறையைப் பயன்படுத்தியிருக்காங்க. உதாரணமாக ஒரு வயலை மேடாக்கணும்னா, கம்படி கம்பா வச்சா வயல் மேடாயிரும்பாங்க. திரும்பத்திரும்ப கம்பு பயிரிட்டா வயல் மேடாயிரும். இல்லேண்ணா அந்த ஒரு ஏக்கர் நிலத்துக்குச் சமமா மண்ணடிச்சு நிரப்பி மேடாக்க முடியாது. வயல் மேடாக மேடாக என்னாகும்? எறும்புக்கு நல்ல இடம் கிடைக்கும். பூச்சிகளுக்கும் நல்ல இடம் கிடைக்கும். மாற்றுப்பயிரை வைத்துதான் பூச்சிகளைக் கட்டுப்படுத்தினாங்க. இல்லையென்றால், சங்க காலத்துல விவசாயம் பண்ணியதற்கு, இந்நேரம் பூச்சிகள் எல்லாவற்றையும் அழிச்சு முடிச்சிருக்குமே. ஆகலையே. எப்படீன்னா, மாற்றுப்பயிர்கள், மாற்று உயிர்களை வச்சுத்தான். மாற்று உயிர்களை வச்சு உயிரினப் பன்மையைச் சமப்படுத்தியிருக்கிறார்கள். இயற்கையாகவே, உயிர் களிடத்துல இருக்குற ஒரு விசயம் என்னவென்றால் பல்லுயிர்ப் பெருக்கத்துக்காகச் செய்துகொள்ளுகிற சமரசம். திருநெல்வேலி நகரத்து நாய்கள் பத்து பாளையங்கோட்டை நாய்கள் பத்து. இரண்டு

தரப்புக்கும் சரியான சண்டை. பாலத்துல நடக்கும். பாளையங்கோட்டை நாய் தோத்துப்போகுது. தலைமை தாங்கின நாய் திரும்புது. எல்லா நாய்களும் திரும்பிப்போகுதுங்க. ஜெயிச்ச நகரத்து நாய்கள் பெருமிதத்தோட கொஞ்ச நேரம் பார்த்துக்கொண்டு நிற்கின்றன. பின்னர் அவைகளும் திரும்பிப்போகின்றன. இந்தப் பக்கத்தில் (பத்து நாய்களில்) எட்டு நாய் சாகுது. அந்தப் பக்கத்தில் எட்டு நாய்கள் சாகின்றன. என்றெல்லாம் இல்லை. சமரசம். சாதிக்கலவரம்னாலும் அதுதான். சாதிக்கலவரம் எங்கேயாவது 200 நாளைக்குமேல் நீடிச்சிருக்கா? 200 நாளைக்குள் 2 கொலை விழும். அவ்வளவுதான். ஒரு எல்லைக்குமேல அந்தப் பண்பாட்டுச் சமரசம் பன்மைத் தன்மைக்கு ஒருவித சமரசவாதத்தைக் கொண்டுவந்துவிடும். அந்தச் சமரசவாதம் இயற்கையிலேயும் இருக்கு. செயற்கையிலே மனிதன்கிட்டயும் இருக்கு. கலவரத்துல உயிர்களப் பலிகொடுத்த பிறகு சமரசம் பண்ணிக்கிறது தோல்வி இல்ல. அது புத்திசாலித்தனம். திருக்குறளே சமரசவாதம் பேசுகிற ஒரு நூல்தான். 'வலியார்மேல் மாறேற்றல் ஒப்புக' 'மெலியார்மேல் மேக பகை'. பக்கத்து நாடு சின்ன நாடா இருந்தா ஒரு தட்டு தட்டி வைக்கணும். ஒரு பயம் இருக்கணும் என்பதற்காக அதுதான்.

திணை என்பதே ஒரு சூழலியல் ஒழுங்கமைவுதான் (eco system) **என்று பாமயன் சொல்கிறார்; அது ஒரு சுற்றுச்சூழல் பிரிவு என்கிறார். அதுபற்றி உங்கள் கருத்து?**

இருக்கலாம், ஒவ்வொரு பத்து மைலுக்கும் இடையில், மழைப்பொழிவு வித்தியாசப்படுவதில்லையா? இளையான்குடியில் இருந்து காளையார்கோவில் போகிற வழியில் மறவமங்கலம்னு ஒரு ஊர். அந்த ஊர்ல ஒரு தெப்பக்குளம். ராமநாதபுரம் மாவட்டத்தில் மற்ற ஊர்களில் 200 அடிதோண்டியும் கூட, தண்ணீர் இல்லாம போகும்போது, அந்த ஊர் கிணற்றில் சாதாரணமாகத் தண்ணீர் எடுத்து மக்கள் குளிச்சிகிட்டு இருப்பாங்க. அந்த ஊர்ல மட்டும் மழை பெய்யும். அந்த ஊரின் வான் இயற்பியல் தன்மை (அஸ்ட்ரோ ஃபிசிகல்) இப்படித்தான் இருக்கிறது. அதை அனுபவத்தில்தான் கண்டுபிடித்தார்கள். ஆனி மாசம் 13ஆம் தேதி, திருநெல்வேலி நெல்லையப்பர்கோவிலில் கொடியேற்ற வேண்டும் என்று யார் முடிவு பண்ணினார்கள்? இயற்கைதான் முடிவு பண்ணியது. ஆனி 13 கொடியேற்றுகிற அன்றுதான் குற்றாலத்தில், சாரல் தொடங்கும். சங்கரன்கோவிலில் திருவிழா தொடங்கும். சங்கரன்கோவிலில் சாமி கும்பிட்டுவிட்டு திருநெல்வேலி வந்து மாம்பழம் வாங்கிக் கொண்டு போனால் அது மாம்பழ சீஸன். பாளையங்கோட்டையில் மாம்பழச் சங்கம்னு ஒரு சங்கமே வைத்திருந்தார்கள். நூற்றாண்டு மண்ட

பத்துக்கு வெளியில் ஒரு 50 கடை போட்டிருப்பார்கள். மாம்பழச்சங்க விழா நடக்கும். இது இயற்கையோடுதானே இணைஞ்சு வருது.

திணைக்கோட்பாடு தமிழர்களுடைய தனித்துவமான கோட்பாடா?

அப்படித்தான் இன்று உலகம் முழுவதும் சொல்கிறது. ஐரோப்பிய சமூகம் முழுவதும், குறிப்பாக ஆங்கில இலக்கியம் படிக்கிறவர்கள், இதைத்தான் ஆய்வு பண்ணிக்கிட்டிருக்காங்க. கனடாவுக்கு நான் சென்றிருந்தபோது, அவர்கள் திணைக் கோட்பாடு பற்றித்தான் ஆர்வமாகக் கேட்டார்கள். எல்லை மீறினதில்லையா இயற்கை. இயற்கைக்கு நாம் கட்டுப்படணுமில்ல, கட்டுப்படலேண்ணா நான் நட்டப்படுவேன். பாதிப்பு வரும். மழைவரும்போல் இருக்கிற தென்றால், ஒரு குடையை எடுத்துக் கொண்டு கிளம்புகிறேன். குடை என்னிடம் இல்லையென்றாலும், இரவல் வாங்கிக்கொள்கிறேன், அப்படியென்றால், மனித உயிர் வாழ்வதற்காகத்தான் இருக்கிறது. சாதிக்கிறதுக்காக இல்லை. வாழும் போது நிறைய சமரசம் பண்ணிக்கிட்டுதான் வாழ்கிறோம். அந்தச் சமரசங்களுக்குச் சில பகுதிகளில் திருவிழாச்சாயம் பூசிவிடுவார்கள். அவ்வளவுதான். 'குழந்தைப் பேறு கொடுக்கவில்லை என்றாலும், சாமி கருணை காட்டவில்லை' என்பார்கள். 'குழந்தைப் பேறு கிடைத்தாலும் சாமி அருளால் குழந்தை கிடைத்தது' என்பார்கள். இது ஒரு வகையான சமரசம்தான்.

தொல்காப்பியர் காலத்தில் கடவுள் வழிபாடு, இயற்கை வழிபாடு இதில் எது இருந்தது?

பொதுவாகச் சொன்னால் இயற்கை வழிபாடுதான் இருந்தது. கடவுள் வழிபாடு இல்லை. இயற்கையோட விளைபொருட்களில் ஒன்றுதான் மனிதன். மனிதன் தாயை மட்டும் பார்க்கவில்லை. தாய் மண்ணையும் பார்த்திருக்கிறான். என் உணவுக்கான ஆதாரம் இந்த நிலம்தான். வீட்டுக்குப் பின்னால ஒரு 3 செண்ட் நிலத்துல காய்கறி போட்டிருக்கீங்க. அந்த இடத்தைப் பின்வீட்டுக்காரன் கேட்டால் கொடுப்பீங்களா? காய்கறி விளைஞ்ச உடனே, அந்த நிலத்தினுடைய மதிப்பும் மரியாதையும் உயர்ந்துவிடும். அந்த மாதிரிதான். உணவளிக்கும் தாய் என்று புரிந்து கொண்டார்கள்.

தொல்காப்பியத்துல நெல் இருந்ததா? நெல்லோட வரலாறு என்ன?

பொருந்தல்னு, சங்க இலக்கியத்துல இருந்த ஒரு ஊரைக் கண்டுபிடிச்சிருக்காங்க. அங்கே நெல் இருந்திருக்கு. ஆதிச்ச நல்லூர்ல, நெல் இருந்திருக்கு. அது அதிகமாக தண்ணீர் சாப்பிடுகிற ஒரு பணக்காரப்பயிர். வீட்டுக்குச் சில விருந்தாளிங்க வந்தா நெல்லரிசி

சமைச்சுப்போடணும். சில பேர் வந்தா பழைய சோறு போட்டால் போதும். நெல் ரொம்ப விலை உயர்வான பயிர். நீர் மேலாண்மை தேவைப்படுகிற பயிர், நாம் கெட்டுப்போனதற்கு அதுவும் ஒரு காரணம். புஞ்சை நிலங்களை நஞ்சை நிலங்களாக மாத்தறோம்ணு சொல்லி இது நடந்தது.

எப்போது அந்த மாற்றம் நிகழ்ந்தது?

விஜயநகரத்துக்காரர்கள் வருகிறார்கள் இல்லையா? அப்போது அது நடந்தது. அதுக்கு முன்னால ரெண்டு நிலத்துக்கும் சம மதிப்புதான் இருந்தது. நெல் விளையலேன்னா, புல் விளையும்ணு இருந்தது. கம்பு, கேப்பை போன்ற உணவுகள்தான் புல்லுணவுகள். விஜயநகரப்படைகள் மூலமாக புதுக்குடியேற்றங்கள் நடந்தது. அவங்க ஆந்திராவில் நன்றாக நெல் விளையுற பகுதியிலிருந்து கிருஷ்ணா, கோதாவரி பாய்கிற நிலப்பகுதியிலிருந்து வந்தவர்கள். நெல்லரிசிச் சோறு கேட்டார்கள். அதற்காகப் புதிய பயிர் நிலங்களை உண்டாக்கினார்கள். அதுக்கு முன்னால இதே தண்ணிதான் இருந்தது. நெல், 5000 வருசத்துக்கு முந்தி வியட்நாம்ல சம்பாங்கற இடத்தில் இருந்து வந்ததுண்ணு ஒரு கருதுகோள் இருக்கு. சம்பா என்கிற சொல்லே, தென் வியட்நாமைக் குறிக்கும் என்கிற ஒரு வரலாறெல்லாம் இருக்கிறது. நெல் என்கிற சொல்லே மிகப் பழமை யானது. நெல் என்றாலே சம்பாண்ணு ஆகிப்போச்சே. சம்பா தொடர்பான சொற்களையெல்லாம் சேகரிங்க. சம்பா+அளம்=சம்பளம். நெல்லும் உப்பும் கூலியாகக் கொடுத்தா சம்பளம். சம்பளத்துக்கு ஒரு மாற்றுச்சொல் கண்டுபிடிங்க. வியட்நாம்ல எவ்வளவு மழைவீச்சு இருக்கு எவ்வளவு தாவரம் இருக்கு. வருசம் முழுக்க நெல்லுக்கு தண்ணீர் நிக்கணும்ல. மற்ற தானியங்களுக்கு அப்படி இல்லியே. “கிழங்கும் தேனும் சாப்பிட்டுக்கிட்டிருந்த எங்களுக்கு அரிசியைக் கொடுத்துக் கெடுத்துவிட்டீர்கள்” என்று ஆதிவாசிகள் சொல்கிறார்கள். அவரவர்களுக்குப் பிடிச்ச சாப்பாட்டுக்கு அரசு உத்திரவாதம் அளிக்கணுமே தவிர அரசுக்குப் பிடிச்ச சாப்பாட்ட அவர்கள் தலையில் கொண்டு கட்டக் கூடாது.

இயற்கை குறித்த விசயங்கள் தொல்காப்பியத்திலிருந்து, சங்க இலக்கியத்தில் எவ்வளவு மேம்பட்டுள்ளது?

எல்லாமே தொல்காப்பியத்தில் இருக்க வேண்டும் என்று எதிர்பார்க்கக் கூடாது. பார்ப்பனர்களிடம் கேட்டால், கம்ப்யூட்டரும் வேதத்துல இருக்கு, யூரிகாக்கரின் பேரும் வேதத்துல இருக்கிற தென்பார்கள். ரொம்ப ஆழமான கேள்வி. இரண்டுக்கும் இடையில ஒரு நூறு விசயங்களுக்கான ஆவணங்கள் நம்மிடம் இல்லை.

அதுபத்தி நாம் பேச முடியாது. வணிகம் பற்றியே தொல்காப்பியம் நிறையப் பேசவில்லை.

அப்படியென்றால் அந்த அளவுக்கு வணிகம் ஆழமானதாக இல்லையா?

வணிகம் எப்போது பெருகும் என்றால் அரசு, பேரரசாக உருவாகும் போதுதான் வணிகம் பெருகும். இப்ப இருக்கும் கார்ப்பொரேட் கம்பெனிகள் மாதிரிதான். பெருவணிகர்கள் உள்ளே நுழைகிறபோது தான் வணிகம் பெருகும். தொல்காப்பியத்திற்குப் பிறகு ஆரியர்கள் நிறைய வணிகக் குழுக்களோட வருகிறார்கள். அஞ்சுவண்ணம், மணிக்கிராமம், நகரத்தார், பதினெண் விசயத்தார் என்று நிறைய குறிப்புகள் இருக்கு. அரசாங்கம் கொள்முதல் பண்ண வேண்டு மென்றால் வீரவநல்லூரிலிருந்து (அம்பாசமுத்திரம் சேரன் மகாதேவி தாலுகாவிலேயிருந்து) நெல்லை வெளியே கொண்டுபோகக் கூடாதுண்ணு வைத்திருந்தார்கள் இல்லையா, அந்த மாதிரி.

சங்க இலக்கியத்துல உள்ள நீர்மேலாண்மை, இயற்கை, மரங்கள், பூச்சிகள் இதைப்பத்திச் சொல்லுங்க?

பெரிய குளங்களுக்கு 'வாட்டர் கார்டு' இருந்திருக்கிறார்கள். 'பெருங்குளக்காவலன் போல' என்று அதைக் குறிப்பிட்டிருக்கிறார்கள். அது எப்படி ஆச்சு! "பெருங்குளக்காவலன்போல எங்கம்மா தூங்காமலேயே காவல் காக்கிறாள். நான் காதலனோடு சென்று விடுவேனோ" என்று.

சங்க இலக்கியம் என்றாலே அது மேலோர் இலக்கியம், வளமாக வாழ்ந்தவர்களின் இலக்கியம் என்று ஒரு கருத்து நிலவுகிறதே?

இல்லைவே இல்லை. அதில் பேசப்படுகிற உணர்வுகளைப் பார்க்கிற போது அது மேலோர் இலக்கியம் மாதிரியா தோணுது? அதில் உண்மை இல்லை. அது மக்கள் இலக்கியம். மேலோர் இலக்கியமாக இருந்தால் இதற்குள் காணாமல் போயிருக்கும். ஐங்குறுநூறு பற்றி எழுதும்போது நான் எழுதியிருக்கேன். 'நெல் பல பொலிக! பொன் பெரிது சிறக்க! பால்பானை பொங்க!' என்று. காலங்காலமா அதுதான நடக்குது. பட்டி என்றால், மாடு அடைக்கிற பட்டி. பட்டி என்றால் வேலி என்று ஒரு அர்த்தம். பட்டியைக் காவல்காக்கிற நாய்க்கு, பட்டிநாய்ன்னு பேரு. அப்புறம் மலையாளத்துல 'பட்டி' என்றாலே நாயைக் குறிக்கிற சொல்லாயிருச்சு. பட்டிகள் பெருகுகிற இடத்திலிருந்துதான் கிராமங்கள் உருவாகுது. ஏன் என்றால் கால்நடைகளைப் பாதுகாக்க வேண்டும். அதைத்தான் வேலிபோட்ட கிராமம் என்கிறார்கள். மதுரையிலிருந்து காரைக்குடி போகிற வழியில்

பார்த்தீர்கள் என்றால் பேருந்தில் இருந்து கொண்டே 200 பட்டிவரை எண்ணலாம். பட்டியில் மக்கள் குடியிருந்து அது ஊராக மாறும்போது அந்தப் பட்டியின் பெயர்கொண்ட ஊராகுது. அம்மங்கோயில்பட்டின்னு ஒரு ஊரு. அம்மன்கோவில் பக்கத்துல பட்டி போட்டுருக்காங்க அதுதான் பின்னால அம்மங்கோவில்பட்டின்னு மாறிடுச்சு. ‘பட்டிபெருக! பால்பானை பொங்க!’ என்று சொன்னால், நாடு செழிக்க வேண்டும் என்றால் பட்டி பெருக வேண்டும் என்றுதான் பொருள்.

முல்லை இல்லாத மற்ற திணைகளெல்லாம் எப்படி இருந்தன?

நம்மிடம் அதைப்பற்றி அதிகமாகக் குறிப்புகள் இல்லை. மற்ற திணைகளிலெல்லாம் ரொம்ப ஏழ்மையான வாழ்நிலைதான். மருதத்துலதான் நல்ல சோறு உண்டு இருக்காங்க. பெருந்தடி வரால் மீன்கள் உண்டார்கள் என்கிறார்கள். அதிகாலையில், பழைய சோறும் வரால்மீனும் சேர்த்து சாப்பிட்டுவிட்டு வயலுக்குப் போயிருக்கிறார்கள். மருத நிலத்தைத் தவிர, மற்றவர்கள் எல்லாம் ஏழ்மையான வாழ்நிலையில்தான் இருந்திருக்கிறார்கள். காய்ந்த இறைச்சியைக் குறுநில மக்கள் சாப்பிடறாங்க. செந்நாய் அடிச்சுப் போட்டுட்டுப் போன காய்ந்த இறைச்சியைச் சாப்பிடறாங்க. முல்லைநில மக்கள் விதைத் தானியங்களைத் தின்பாங்க. விதைத் தானியங்கள் தானாக வளரக்கூடியவை இல்லை. எப்பவோ சிந்திவைத்த தினை ஒரு மழை பெய்தவுடன், 60 வருடம் கழித்துக்கூட முளைக்கும். அதற்கு உள்ளே இருக்கிற விதை, உறைநிலையில தன்னைப் பாது காத்துக்கொண்டு கிடக்கும். அதன் மேல் இருக்கிற உறை உடையாம இருக்கணும். அது ஓர் உறைநிலை. இயற்கையிலேயே இருக்கு. எலுமிச்சம் பழத்தைப் பிழிந்துவிட்டு விதைகளைத் தூர எறிவாங்க. அலுவலகம் போய் விட்டு சாயந்திரம் வந்துபார்த்தால் அந்த நாலு விதை யும் தன்னைச்சுத்தி ஒரு உறையை உருவாக்கிட்டு அங்கேய கிடக்கும்.

விதை தானியங்களுக்கு தோல் ரொம்ப முக்கியம். வரகுக்கு 7 அரண்மனைகளுக்குள் இருக்கிற இந்திராணின்னு ஒரு பெயர் உண்டு. தொலி அதைச் சுத்தி இருக்கும். அவ்வளவு பாதுகாப்போட அது இருக்கும்?

தானே ஒரு உறை உருவாகிவிடும். அதை எடுத்துவந்து போட்டீங் கன்னா, அந்த உறை கழன்று, அந்த விதை முளைக்கும். இப்படி உறைநிலையில் எல்லாத் தாவரங்களும் இருக்கும். நமது மூளை யிலேயும் அப்படி நிறைய விசயங்கள் உள்ளேயே கிடக்குது. அது வெளிப்படுகிறபோது வெளிப்படும். புறச்சூழ்நிலைகள் கூடி வருகிறபோது அதாவது நல்ல மண்ணு, நல்ல மழை, நல்ல வெயில்னு இருக்கிற இடத்துல அந்த விதை கிடைச்சுதுன்னா நல்லா முளைச் சிரும்.

ஜியோக்ரஃபிக் சானல்ல ஒரு படம் பார்த்தேன், நீர்வற்றிப் போகும்போது, மீன் அப்படியான ஒரு உறை நிலைக்குப்போறதும் அப்பறம் ஒரு வருசம் கழித்து மழை பெய்த பிறகு அதற்கு உயிர் வருவதும், அதை அறிவியல்பூர்வமாக விளக்குறாங்க.

ஆம். நம்ம வயல்களும் அப்படித்தானே. வயலில் அறுவடை முடிஞ்சு தாள் அறுத்தப்புறம் வயல் காய்ந்து கருங்கல் பாறை மாதிரி ஆயிடுது. அப்புறம் மழை பெய்த பிறகு மீண்டும் முளைக்கு தில்ல, அது மாதிரிதானே.

அப்போ நெய்தல் பற்றி....

நெய்தல்ல விவசாயம் பற்றி அதிகமில்லை. இந்தக் காயல் பத்தி நிறையப் பேசியிருக்கான். 'இருங்கழி நெய்தல்' என்பது, நன்னீரும் உப்புநீரும் சந்திக்கிற இடம். அந்த இடத்துல உயிர்ச்சூழல் அமைப்பு வேறு. அதில் உள்ள மரம் வேறு.

இயற்கையை நெய்தல் நிலத்துல எப்படிப் புரிந்துகொண்டார்கள். இந்தக் காற்றோட வகை பற்றியெல்லாம்....

காற்று, மழையை வைத்துதான் சொல்லியிருக்கிறார்கள். இந்த வருடம் இந்த மீன் செழிப்பா இருக்கும். அவங்க காற்றைப்பற்றிச் சொல்வார்கள். ஒரு காற்றை 'கச்சா' என்றும் மற்றொன்றை 'மச்சா' என்றும் அழைப்பார்கள். இந்தக் காற்று, இங்க அடிக்குற பருவத்தில தோணி கொண்டுப் போறவனுக்கு இந்தப் பாய்மரத்தை வைத்துச் சொல்வார்கள். வலையில் படுகிற மீனை வைத்துச் சொல்வார்கள். இந்த வருடம் 'மத்தி' நிறையப்படும், ஏன்இந்த மீன் நிறையப் படலை? ஏன் இந்த மீன் நிறையப் பட்டுச்சு? என்று சொல்வார்கள். இதெல்லாம் அவர்களுக்கு அனுபவத்துல வருவதுதான். நீங்க, கடற்கரையில போய்ப் பேசுனீங்கன்னா எந்தக் கடற்கரையில் எந்த மீன் கிடைக்கும் என்று சொல்வார்கள். நான் பாண்டிச்சேரி போயிருந்தபோது, அங்கயிருந்தவங்க "பாண்டிச்சேரியில நீங்க என்ன பார்க்கவேண்டும்?" என்று கேட்டார்கள். 'மீன் சந்தை' என்று சொன்னேன். இவர் சரியான மீன் சாப்பிடுறவர்ணு நெனைச்சிருப்பாங்க. காலையில் சென்று பார்த்தால் மீன் மார்க்கெட் அவ்வளவு சுத்தமா இருக்கு, கறுப்பு மீன், செவப்பு மீன், கறுஞ்சிவப்பு மீன், நீள மீன் என்று வகைவகையாக மீன்கள். கடலின் ஒவ்வொரு கலருக்கும் ஒவ்வொரு ஏரியா இருக்கு போல. சுருக்கமா சொன்னால் ஒரு பருவத்துக்கு நம்மகிட்ட 20 வகையான மீன் கிடைத்ததென்றால், அவர்களிடம் 40 வகையான மீன்கள் கிடைக்கும். வகைவகையாக இருக்கும். அழகழகாக இருக்கும். அந்த அழகைப்பார்த்து ஒருநாள் நான்

சாப்பிடணும்னு நெனைச்சேன். அதே மாதிரி கேரளாவுல ஒரு சிஸனுக்குப் போயிருந்தேன். வாழைக்காய் மாதிரி சீவி விற்றார்கள். சீவி, முட்டை பஜ்ஜி மாதிரி போடுகிறார்கள். சின்ன சைஸ்லேருந்து பெரிய சைஸ் வரைக்கும். சின்ன அப்பளத்தில் இருந்து பெரிய அப்பளம் வரைக்கும் வகை வகையாக. நடுவுல வெட்டுனா, பெரிய அப்பளம். நுனியில வெட்டுனா சிறுசு. வகைவகையாக வெட்டிப் போட்டார்கள். அதற்கு 'மத்தி' என்று ஏதோ பெயரும் சொன்னார்கள்.

குறிஞ்சி நிலம் குறித்து...

அவர்களுக்குத்தான் உணவு சேகரிப்பு ரொம்ப எளிமையான விசயம். ஒரு மானை ஒரு நாளைக்கு அடிச்சால், ஒரு கிராமத்துக்கு ரெண்டு நாளைக்கு அது போதும். அவர்களிடம், மீன்பிடித்தலும் உண்டு. அவர்கள் தூண்டில் வைத்திருப்பார்கள். அப்புறம் கிழங்கு.

இன்னிக்கும் கேரளா மக்கள் கிழங்கைத்தானே விரும்பிச் சாப்பிடறாங்க.

மீனவ மக்கள்கிட்ட பேசிப்பார்க்கணும் நீங்க. சாப்பாட்டைப் பற்றி அவ்வளவு சொல்லுவார்கள். பாளையங்கோட்டைக்காரன் போய்த்தான் வட்டிக்குப் பணம்கொடுத்துக் கெடுத்துவிட்டார்கள். தொழிலோட சீரழிவுக்கு அதுதான் காரணம்.

இயற்கைய கவனிக்கறதுக்கு ஏதாவது சாத்தியம் இருந்ததா? அந்த மாதிரி ஏதாவது பிரிச்சுருக்காங்களா? இப்ப மதுரை பக்கத்தில யெல்லாம் நீர் மேலாண்மை தண்ணீரை பாதுகாக்கிறது எல்லாமே தலித் மக்கள் வசம் இருந்தது என்றும், அது மாதிரி ஒரு உரிமம் வழங்கப்பட்டிருந்ததாகவும் சொல்கிறார்களே?

'நீர்க்கட்டின்னு' அவர்களுக்குப் பெயர் பேரு. அதை வைத்து தலித்துதான் விவசாயத்தையே கண்டுபிடிச்சதா சொல்லிட்டிருக்காங்க. மனுசன் சிந்திச்சுதான் விவசாயம் பிறந்தது. நீர்க்கட்டி, தண்ணீரைக் கட்டுகிறவர், மழை நேரத்துலதான் அவர் உதவி தேவைப்படும். மழை நேரத்துல வரப்பைக்கட்டறதும் அவர் பணி. இன்று உரம் போட்ட நாட்களில்தான் அவர் உதவி தேவைப்படுகிறது.

சங்க இலக்கியத்துல மரங்களோட பெயர்கள், பறவைகள் பெயர்கள் எல்லாமே தொகுக்கப்பட்டிருக்கு. அப்போ இலக்கியம் என்பதே ஒரு அதிகபட்ச உயிர்ச்சூழலை புவியியல்ரீதியா வந்து அடையாளப் படுத்தக்கூடிய விசயமாகத்தானே இருந்திருக்கு. அதுபற்றி.

சங்க காலத்துப் பெயர்கள் இன்னும் சிலது இருக்கு. பெயரிடு மரபுண்ணு. குமரன் அப்படிங்கிற பெயர் இன்னும் இருக்கு. குறவர்கள்கிட்ட நிறைய இருக்கு தெரியுமா? நாம்தான் நவீனம்

என்று சொல்லி, சங்ககாலப் பெயர்களை வைப்பதில்லை. நீலன், சாத்தன், கபிலன் இது மாதிரி நிறைய பெயர்கள் குறவர்கள்கிட்ட நீங்க பார்க்கலாம்.

சிலப்பதிகாரத்துல இயற்கை பற்றி என்ன சொல்லியிருக்கு?

அது பெரிய விசயம். பெருமளவுக்கு இயற்கை சார்ந்திருக்கிறது. தலைகீழ் மாற்றங்கள் மாதிரி. அதைத் தனியாகப் பேச வேண்டும். அவ்வளவு விசயங்கள் இருக்கிறது. சிலப்பதிகாரத்தில் தான் நிறைய பூ பெயர்கள், தாவரங்கள், பெயர்கள் பதிவாகியிருக்கிறது.

கண்ணகியை மதுரையில இருந்து அழைத்து வரும்போது, வழியில் என்னவெல்லாம் இருக்கும்? என்ன கிழங்குகள் இருக்கும், என்ன பூக்கள் எல்லாம் இருக்கும், முள்சார்ந்த பூக்கள் இருக்கும் என்கிற விவரமெல்லாம் இருக்கின்றன. "இன்னின்ன மிருகங்கள் எல்லாம் இருக்கும், நீ வரமாட்டாய், பயப்படுவாய்" என்றெல்லாம் சொல்லப்படுகின்றன. அது பெருங்கடல், அதற்குள் நுழைவதற்கே, முதலில் நம்மைத் தயார்படுத்திக்கொள்ள வேண்டும்.

மக்கள் வாழ்க்கையைத் தெளிவாகப் பதிவு பண்ணியிருக்கிறது. நம்மால் கண்டெடுக்கவும், கண்டுபிடிக்க முடியாமலும் இருக்கிறது. கண்ணகி கதை எல்லோருக்கும் தெரியும். 50 வருசத்துக்கு முன்னயே அதைத் தெருக்கூத்தா ஆடியிருக்காங்க. அதே மாதிரி மணிமேகலை முழுக்க முழுக்க பவுத்தம்தான். அது பவுத்தக் கோட்பாட்டை விளக்குறதுதான். எல்லோருக்கும் சோறுகொடு, எல்லோருக்கும் கல்விகொடு, எல்லோருக்கும் மருந்து கொடு, அதுதான் WHO உலக சுகாதார அமைப்பின் அடிப்படை முழக்கமும் கூட. அனைவருக்கும் சோறு. அனைவருக்கும் கல்வி, அனைவருக்கும் மருத்துவம்.

நேர்காணல்: வே. சங்கர்ராம், குட்டிரேவதி, ஆர்.ஆர். சீனிவாசன்
தொகுத்து எழுதியவர்கள் : தெய்வு, தயாளன், சங்கர்
'பூவுலகு' மார்ச் – ஏப்ரல் 2015

பாதுகாப்பற்றவனின் புகலிடம் சாதி!

தமிழ் மரபின் தொடர்ச்சி குறித்த மிக நீண்ட ஆய்வு களுக்குச் சொந்தக்காரர் பேராசிரியர் தொ. பரமசிவன். இலக்கியம், சமயம், சடங்குகளின் வழியே நுணுக்கமான தன் பார்வையால், தமிழ்ச் சமூகத்தின் பண்பாட்டு அசைவுகளை அளந்தவர். வலதுகால் ரத்த ஓட்டத்தில் ஏற்பட்ட சுணக்கம் காரணமாக, காலையே அகற்ற வேண்டிய நிலை. அறுவைச் சிகிச்சைக்குப் பிறகு, ஆரோக்கியமான உரையாடல்களிலும் வரலாற்று ஆய்வுகளிலும் மீண்டும் கவனம் செலுத்திவருகிறார். பாளையங்கோட்டை வீட்டில் சந்தித்தபோது தீராத தாகத்துடன் பேசினார்.

எழுத்தாளர்கள் மற்றும் ஊடக அலுவலகங்களைத் தாக்கி மதவாத, சாதியவாத சக்திகள் கருத்துரிமைக்கு சவால்விடுகின்றன. இது என்ன மாதிரியான விளைவை ஏற்படுத்தும்?

கடவுள்களையே சபிக்கும் உரிமையுள்ள மக்கள் வாழும் நாடு இது. வேண்டிக்கொண்டது நிறைவேறவில்லை என்றால், 'உனக்குக் கண் இல்லையா, காது இல்லையா?' எனச் சர்வ சாதாரணமாகக் கடவுளைத் திட்டித் தீர்ப்பார்கள் மக்கள். கருத்துச் சுதந்திரத்தின் உச்சம் அல்லவா இது!

ஆனால், சாதி, மத ஒடுக்குமுறைகளையே தன் கட்சிக்குக் கொள்கைகளாக வைத்திருக்கும் பா.ஜ.க., கருத்துச் சுதந்திரத்தைக் கொள்கை அளவில்கூட ஏற்கத் தயார் இல்லை. இது என்ன மாதிரியான விளைவுகளை ஏற்படுத்தும் என்றால், அவசர நிலைப் பிரகடனத்தின்போது நாடு என்னென்ன தொல்லைகளுக்கு ஆட்பட்டதோ, அத்தனை பாதிப்புகளும் மீண்டும் ஏற்படும்.

திராவிடக் கட்சிகளுக்கு மாற்றாக வேறு ஒரு கட்சி அரசியல் தலைமைக்கு வர வேண்டும் என்பது, இன்று தொடர்ச்சியான விவாதப் பொருள் ஆகிவிட்டது. கடந்த நாடாளுமன்றத் தேர்தலில், சில தமிழகக் கட்சிகள் பா.ஜ.க. வை முன்னிறுத்தினார்களே?

நற்றிணை பதிப்பகம் ❖ 121

எண்ணெய்ச் சட்டிக்குப் பயந்து, எரியும் நெருப்பிலே விழு வதைப்போலதான் இது. என்ன விலை கொடுத்தாவது திராவிடக் கட்சிகளை ஒழிக்க நினைப்பது சரியான நிலைப்பாடு அல்ல. அந்த முயற்சி தமிழகத்தில் எடுபடாது. என்றாலும், சிந்தனை அளவில் கூட அத்தகைய முயற்சி தவறுதான். வேத எதிர்ப்பு வேதியர் எதிர்ப்பு என்பது, தமிழர்கள் சிந்தனையில் அழுந்தப் பதிந்துவிட்ட ஒன்று. அவற்றை ஆதரிக்கும் பா.ஜ.க., தமிழகத்தில் என்றைக்குமே வேர் பிடிக்காது.

மகாராஷ்ராவில் மாட்டு இறைச்சிக்குத் தடைவிதிக்கப்பட்டுள்ளதா?

தேசியக் கட்சிகள் எனச் சொல்லப்படும் காங்கிரஸ், பா.ஜ.க., பொதுவுடைமைக் கட்சி ஆகியவை, மாநிலங்களின் தனித்தன்மையை மறுக்கக்கூடியவையாக உள்ளன. அதுதான் இந்தத் தேசம் வளராமல் போனதற்கும் அக்கட்சிகள் வளராமல் போனதற்கும் காரணம். தேசிய இனங்களின் சிக்கலை அவை அங்கீகரிக்காமல், அதற்கான தீர்வையும் அலட்சியப்படுத்துகின்றன.

மாட்டு இறைச்சியைப் பயன்படுத்தத் தடைவிதிப்பது, இந்திய தேசத்தின் பெரும்பான்மை மக்களின் உணர்வுகளைக் கொச்சைப் படுத்துவது போன்றது. ‘கொழுப்பா தின்ற கூர்ம்படை மழவர்’ என, சங்க இலக்கியப் பாடல் சொல்கிறது. கொழுப்பான பசுமாட்டைத் தின்றதற்கான சாட்சி வார்த்தைகள் இவை. இந்தியாவில் உழைக்கும் மக்களுக்கான புரதம், மாட்டு இறைச்சியில் இருந்துதான் கிடைக்கிறது. அதற்குத் தடைவிதிப்பது, பெரும்பான்மை மக்களுக்கு எதிரான நடவடிக்கை.

சாதிக் கட்டமைப்பின் பலம் என்ன... அது ஒழிய என்ன செய்ய வேண்டும்?

சாதி என்பது என்ன? எதுவரை நீங்கள் திருமண உறவு வைத்துக் கொள்ளலாமோ... அதுதான் உங்கள் சாதி எல்லை. அந்தத் திருமண உறவுக்கான கட்டமைப்புதான் சாதியின் பலம். சாதிகள் ஒழிய வேண்டும் என்பது நமது விருப்பம். ஆனால், அது அவ்வளவு எளிது அல்ல என்பதுதான் அடிமட்ட யதார்த்தம். நம்பிக்கையான, சுயநலமற்ற தலைவர்கள் நம்மைத் தொடர்ந்து வழிநடத்தாதது ஒரு குறை.

சாதியை ஒழிக்க, தொடர்ச்சியான போராட்டம் தேவை. பெரியாரின் அதிர்ச்சி மதிப்பீடுகள் அதைச் செய்தன. ‘ஆண்தான் தாலி கட்ட வேண்டுமா? ஆணுக்கு, பெண் தாலி கட்டட்டும்’ என்றார். அப்படித்தான் சில திருமணங்களை அவர் நடத்தி வைத்தார்.

அவருடைய உறுதி, அவர் மீது மக்களுக்கு இருந்த நம்பிக்கை எல்லாம் அவரை ஏற்றுக்கொண்டு, அவரைப் பின்தொடர வைத்தன. மன உறுதிமிக்கவராக இருந்தார். அவருடைய அதிர்ச்சி வைத்தியங்களுக்கு ஆதரவு இருந்தது.

பெரியாரின் கட்டளையை ஏற்று, தேவதாசிப் பெண்களைப் பல பெரிய மனிதர்கள் மணந்தனர். குத்தூசி குருசாமி, பூவாலூர் பொன்னம்பலனார், நெ.து. சுந்தரவடிவேலு போன்ற பெரியவர்கள் எல்லாம் தேவதாசி இனப் பெண்களை மணந்தனர். திருமண உறவுகளுக்கு வெளியே வைக்கப்பட்டிருந்த ஒரு சாதியை, திருமண உறவுக்குள் மாற்றியதில் பெரியாருடைய பங்களிப்பு எத்தகையது என்பதைப் பாருங்கள். அப்படியான தொடர்ச்சியான அதிர்ச்சி மதிப்பீடுகளை முன்னெடுத்துச் செல்வதில், நம் தலைவர்கள் ஆர்வம் காட்டவில்லை. மாறாக, ஓட்டுக்காகச் சாதியை வளர்த்தார்கள்.

திராவிடக் கட்சிகள், செய்யத் தவறியதும்... செய்த சாதனையும் என நீங்கள் நினைப்பது எவை?

தமிழ்நாட்டில் பெரிய மதச் சண்டைகள் ஏற்படாதது, திராவிட இயக்கச் சாதனை. 19ஆம் நூற்றாண்டின் இறுதியில், சைவர்களுக்கும் கிறிஸ்தவர்களுக்கும் மிகப்பெரிய சண்டை நடந்தது. அது கருத்து மோதலாக இருந்த நேரத்திலேயே 'பிராமணர் அல்லாதோர் இயக்கம்' பிறந்தது. சண்டைக்குத் தயாராக இருந்த அந்த இரு பிரிவினரும் தங்கள் பொது எதிரியை நோக்கித் திரண்டனர். திராவிடர் இயக்கத்தின் தோற்றத்தின்போதே, ஒரு மதச் சண்டை முடிவுக்கு வந்துவிட்டது. இந்தியாவின் மற்ற மாநிலங்களின் வளர்ச்சியுடன் ஒப்பிடும்போது, இந்தியை ஏற்றுக்கொண்ட மாநிலங்களைவிடத் தமிழகம் அதிக வளர்ச்சி அடைந்திருக்கிறது.

மற்றபடி திராவிட இயக்கம் நீர்த்துப்போய்விட்டது என்பது உண்மை. எளிய பொருளாதாரப் பின்னணியில் இருந்து வந்த அந்த இயக்கத்தினர், அதிகாரம் கைக்கு வந்ததும் தலைகீழாக மாறிப் போய்விட்டனர். அவர்கள் அடையாளம் காட்டும் ஏழைகள், கற்பனாவாத ஏழைகள். 'செயிண்ட் புவர்' என்பார்களே.. அப்படி ஏழைகளைப் புனிதர்களாக்கிக் கொண்டாடும் தலைவர்களாக மாறிப் போனார்கள். மத்திய அரசில் பங்கேற்று மக்களுக்கான உரிமைகளைப் பெற வேண்டியவர்கள், தேசியக் கட்சிகளிடம் பேரம் பேசுபவர்களாக மாறியது பெரும் அவலம். இன்றைய சூழலில் திராவிடக் கட்சிகள், சாதி, மத வெறித்தனங்களுக்கு எதிராக முனைப்போடு செயல்படுவதில் இருந்து தங்களின் நேர்மறை அரசியலை மறுபடியும் தொடங்க வேண்டும்.

நீங்கள் உங்கள் வாழ்நாளில் செய்ய வேண்டிய முக்கியப் பணி யாக நினைப்பது எதை? அடுத்து என்ன ஆய்வில் உங்களை ஈடுபடுத்திக்கொள்ளப் போகிறீர்கள்?

பாண்டியர்கள் பற்றிய ஆராய்ச்சி முக்கியத் தேவையாக இருக்கிறது. பொதுவாக, எவரும் சோழன் என்றோ... சேரன் என்றோ பெயர் வைப்பது இல்லை. ஆனால், தமிழகம் முழுவதுமே 'பாண்டியன்' எனப் பெயர் வைப்பது வழக்கத்தில் உள்ளது.

மதுரை மீனாட்சி அம்மனுக்கு, வேப்பம் பூ மாலை சூட்டப் படுகிற வழக்கம் உள்ளது. வேப்பம் பூ மாலை, பாண்டியர்கள் அணிவது. பாண்டியர்கள் அணியும் மாலை, மதுரை மீனாட்சி அம்மனுக்கு அணிவிக்கப்படுகிறது என்பது சாதாரண விசயம் அல்ல. திருநெல்வேலிக்கே 'வேம்ப நாடு' என்பதுதான் வரலாற்றுப் பெயர். கேரளத்திலும் ஒரு 'வேப்ப நாடு' உள்ளது. வேம்பன்... வேம்பு என்பது தமிழகத்தின் அனைத்துச் சாதியினரிடமும் காணப்படும் பெயர். ஆக, தமிழகத்தின் மிகத் தொன்மையான அரசான பாண்டிய அரசை ஆராய்வது, தமிழ் மரபின் தொடர்ச் சியை ஆராய்வது ஆகும்.

அதேபோல் தமிழகத்தில் 500க்கும் மேற்பட்ட சாதிப் புராணங் கள் உள்ளன. இவற்றை ஆராய்வதும் தமிழ் பண்பாட்டுத் தொடர்ச் சியைப் பகுத்தாய்வதற்கு வழிவகுக்கும். இந்த இரண்டையும் இப்போது கவனத்தில் கொண்டிருக்கிறேன்!

தமிழ் மகன்
ஆனந்தவிகடன்
8–4–2015

பெரியாரைத் தோற்கடிக்க முடியாது

தமிழ்ப் பண்பாட்டு ஆய்வுக்களத்தில், பேராசிரியர் தொ. பரமசிவன் தவிர்க்க முடியாத பெயர். வெகுமக்கள் வழக்காறுகள் மற்றும் நம்பிக்கைகள், சடங்குகள் சார்ந்தவை இவரது ஆய்வுகள். 'அழகர் கோயில்', 'பண்பாட்டு அசைவுகள்' போன்ற இவரது நூல்கள் பரவலான கவனத்தைப் பெற்றவை. மனோன்மணியம் சுந்தரனார் பல்கலைக்கழகத்தில் தமிழ்த்துறைத் தலைவராக இருந்து ஓய்வுப் பெற்றவர். அவரிடம் உரையாடியதிலிருந்து...

உங்களுடைய ஆய்வுகளைக் கல்வெட்டுகள், ஓலைச்சுவடிகளைத் தாண்டி நாட்டார் வழக்காறுகள் வழி அமைத்துக் கொண்டிருக் கிறீர்கள். அதைப் பற்றிக் கூறவும்.

நாட்டார் என்கிற சொல்லால் நம்மை மாதிரி நகர்ப்புறத்துக் காரங்க யாரை அர்த்தப்படுத்துகிறோம்? பெரும்பாலும் 'அவுட் காஸ்ட்' எனப்படும் ஊருக்கு வெளியே இருக்கிறவர்கள், கல்வியறிவு இல்லாதவர்கள், ஏழை மக்கள் இவர்களைத்தான் நினைக்கிறோம். நாட்டார் என்று சொன்னவுடன், ஏதோ வேடிக்கை பொருள்மாதிரி, பெரிய மீசை வைத்துக்கொண்டு தலையில் துண்டுப் போட்டுக் கொண்டு சாமி ஆடுகிற கூட்டம் மாதிரிதான் நாம் நினைக்கிறோம். ஆனால் அப்படியில்லை. அவர்களைப் படிக்கிறதுதான் உண்மை யாகவே தேசத்தைப் படிப்பதாகும். அவர்களுடைய வாழ்க்கை அசைவுகள் அர்த்தமுடையவை. இன்னும் சொல்லப் போனால், நாட்டார் என்று நாம் அடையாளங்காட்டும் ஒவ்வொருவரையும் 'படிக்கப்பட வேண்டிய புத்தகங்கள்' என்று சொல்லலாம். அந்தப் புத்தகங்களைத்தான் நான் ரொம்ப விரும்பிப் படிக்கிறேன்.

அவர்களிடம் இருக்கும் இயல்பான ஞானம், நம்ம நகர்ப்புறத்துக் காரங்ககிட்ட இல்லைங்கிறதுதான் சோகமான விசயம்.

நாட்டார் வழக்காற்றியல், நாட்டார் பண்பாடு குறித்த ஆய்வு களுக்கு ஒரு சித்தாந்தம் சார்ந்த அணுகுமுறை அவசியமா?

என்னுடைய ஆய்வுகள் மற்றவர்களைக் கவர்கிற இடமே, பெரியாரியத்தையும், நாட்டாரியலையும் நான் இணைத்துப் பார்ப்ப தால்தான். இந்த வியப்பு மார்க்சியவாதிகளிடமும் இருந்தது. சாதாரணமாகச் சொன்னால், நாட்டார் வழக்காற்றியல் மீது நமது கவனத்தைக் குவித்தது இடதுசாரிகள்தான். எங்கள் ஊரைச் சேர்ந்த என் பக்கத்துத் தெருவைச் சேர்ந்த நா. வானமாமலை போன்றவர்கள்தான் இந்தத் துறையின் முன்னோடிகள். மார்க்சிய வெளிச்சத்தில் நாட்டார் மரபை அணுகுகிற போக்கு இந்தியா விலேயே தமிழகத்தில்தான் தலைப்படத் தொடங்கியது.

உங்களுக்கு முன்னர் நா. வானமாமலை, பேராசிரியர் லூர்து போன்றவர்களும் சமகாலத்தில் நீங்கள், ந. முத்துமோகன் போன்றவர்கள் இத்தகைய ஆய்வுகளில் கவனம் செலுத்தி வருகிறீர்கள். இன்று இத்துறையில் நம்பிக்கையளிக்கும் ஆய்வுகளை யார் செய்து வருகிறார்கள்?

அப்படி நம்பிக்கையளிக்கக்கூடியவர்கள் யாரும் இல்லை. நாங்கள் நம்பிக்கையிழந்து போயிருக்கிறோம் என்பதுதான் இப்போதைய சோகம். நீங்கள் சொல்வது போல் வானமாமலை, லூர்து போன்றவர்கள் முதல் தலைமுறையினர். எங்களைப் போன்றவர்கள் அவர்களுக்கு அடுத்தத் தலைமுறை. மூன்றாவது தலைமுறைக்கு இப்போது ஆள் இல்லையென்பதுதான் உண்மை. என்னைவிட, முத்துமோகனுக்குச் சித்தாந்தத் தெளிவு நிறைய இருக்கிறது. அவருடைய 'ஏகம், அநேகம், சாதியம்' என்ற புத்தகத்துக்கு நான் முன்னுரை எழுதியிருக்கிறேன். என்னுடைய 'தெய்வங்களும் சமூகமரபுகளும்' என்ற புத்தகத்துக்கு அவர் முன்னுரை கொடுத்திருக்கிறார். நாங்கள் இருவரும் ஒரே படகில் பயணிப்பவர்கள்.

நீங்கள் பாண்டியர்களுடைய வரலாற்றில் கவனம் செலுத்தப் போவதாகக் குறிப்பிட்டிருக்கிறீர்கள். இன்னும் செய்ய வேண்டியவை எவை?

களம் திறந்துகிடக்கிறது. ஆய்வாளர்களைத்தான் காணவில்லை. செய்ய வேண்டிய வேலைகள் நிறைய இருக்கின்றன. ஆட்களும், கருவிகளும், நிறுவன வசதியும்தான் இல்லை. மீனாட்சியம்மன், பாண்டியர்களோடு நெருங்கிய தொடர்புடைய தெய்வம் என்பதோடு பழைய வரலாற்றாசிரியர்கள் நிறுத்திக் கொள்வார்கள். நான் கூடுதலாக ஒரு தகவலைத் தருகிறேன். அந்தத் தகவலை அவர்கள் கண்டுகொள்ளவும் இல்லை. கணக்கில் எடுத்துக் கொள்ளவும் இல்லை. மதுரை மீனாட்சியம்மனுக்கு நவராத்திரி திருவிழாவில் ஒருநாள் 'வேப்பம்பூ மாலை' அணிவிக்கப்படுகிறது. பாண்டியர்களை அடையாளப்படுத்துகிற ஒரு மாலையை ஒரு தெய்வம் அணிகிறது. அதைப்பற்றி எந்த வரலாற்றாசிரியர்களும் இதுவரை ஆய்வு செய்யவில்லை.

பாளையங்கோட்டை வரலாற்றைப் பற்றி எழுதிவருவதாகத் தெரிவித்திருக்கிறீர்கள். அந்தப் பணி முடிந்துவிட்டதா?

அந்தப் புத்தகப் பணி கிட்டத்தட்ட நிறைவடைந்துவிட்டது. பாளையங்கோட்டை, கிறிஸ்தவ சமய மரபுகளை உள்வாங்கிக் கொண்ட ஊர். சமய சகிப்புத்தன்மை என்பது அந்த ஊரைப் பொறுத்தவரை கெட்டவார்த்தை. ஏனென்றால், அது அங்கே இயல்பாகவே இருக்கிறது. நூறு ஆண்டுகளுக்கு முன்பாகவே பார்வையில்லாதவர்களுக்கும், செவித்திறனில்லாதவர்களுக்கும் பள்ளிக்கூடங்களைக் கட்டிய ஊர் அது. அந்த முயற்சியில் நிறைய ஐரோப்பியர்களும் இருந்தார்கள். அதனால்தான், கால்டுவெல் போன்ற அறிஞர்கள் நெல்லை மாவட்டத்தில் இருந்து வந்தவர்கள். ஹென்றி பவர் என்று ஒருவர் இருந்தார். கால்டுவெல்லுக்குச் சம காலத்தவர். பெரியார் எல்லாம் பிறப்பதற்கு முன்னாலேயே ஐரோப்பிய சமூகம் அவரை 'திராவிட இயல் அறிஞர்' என்றுதான் அடையாளப்படுத்தியிருக்கிறது. அவருடைய கல்லறையில் 'எமினென்ட் டிராவிடியன் ஸ்காலர்' (Eminent Dravidian Scholar) என்றுதான் எழுதிவைத்திருக்கின்றனர். பாளையங்கோட்டை தேவாலயங்களில் இப்போது கேட்டாலும் ஹென்றி பவரின் வேதாகம மொழிப்பெயர்ப்பைத்தான் வாசிக்கிறோம் என்று சொல்வார்கள்.

முதல் அறிவியல் தமிழ் நூல் என்று சொல்லப்படுகின்ற 'பூமிசாஸ்திரத்தை' எழுதிய 'சார்லஸ் தியோபாலஸ் இரேனியஸ்' என்ற அறிஞரும் பத்தொன்பது ஆண்டுகள் பாளையங்கோட்டையில் வாழ்ந்திருக்கிறார்.

பாளையங்கோட்டையைப் பற்றிய இதுபோன்ற நிறைய நுணுக்கமான சான்றுகள் அழிந்துவிட்டன. அதற்குப் பிறகுதான் நான் என் ஆய்வுகளைத் தொடங்கினேன். ஹென்றி பவரின் நூல்கள் எதுவும் கிடைக்கவில்லை. ஒரு வியப்பான செய்தி என்ன வென்றால், ஹென்றி பவர் சிந்தாமணிக்கு ஒரு உரை எழுதியிருக் கிறார். சிந்தாமணியைப் பாடம் சொல்வதற்குத் தமிழ் ஆசிரியர்கள் இப்போதும் பயப்படுவார்கள். ஆனால், ஹென்றி பவர் 1865லேயே 'நாமகள் இலம்பகம்' பகுதிக்கு உ.வே.சாவிற்கு முன்னர் உரை எழுதியிருக்கிறார். ஆனால். உ.வே.சா அதைச் சொல்லவே யில்லை.

என். கௌரி
'தி இந்து'